சரிபாதி பெண்கள் சமமானவர்கள் தானா?

(பெண்ணுரிமைக் கையேடு)

வழக்குரைஞர்

பி.எஸ்.அஜிதா

பி.வி.பி.அறக்கட்டளையுடன் இணைந்து

பாரதி புத்தகாலயம்

PENNURIMAI KAIADU

B.S.AJEETHA

published: September 2009

Published by:
BHARATHI PUTHAKALAYAM
421, Anna Salai, Teynampet, Chennai-600 018
Email: thamizhbooks@gmail.com
www.thamizhbooks.com

SHOWROOM
7, Elango Street, Teynampet, Chennai-600 018.
Phone: 044-24332424, 24332924, 24339024

பெண்ணுரிமைக் கையேடு
பி.எஸ்.அஜிதா

முதற் பதிப்பு : செப்டம்பர் 2009
முன் அட்டைப் படம்: நன்றி ஐவிட் (IWID) சென்னை.

வெளியீடு : பி.வி.பி. அறக்கட்டளையுடன் இணைந்து

421, அண்ணாசாலை, தேனாம்பேட்டை, சென்னை600 018
விற்பனை மையம் :
7, இளங்கோ சாலை, தேனாம்பேட்டை, சென்னை 600 018
04424332424,   24332924, 2433902

அச்சு : ஜோதி ப்ராசஸ், சென்னை-5

முன்னுரை

மிக நீண்ட காலமாக இப்படியொரு புத்தகத்தை பெண்களுக்கான கையேடு என்கிற பெயரில் வெளியிட வேண்டும் என்ற எண்ணமும், ஆசையும் இருந்து கொண்டே இருந்தது. என்னுடைய கண்ணோட்டம், புரிதலுக்கேற்ப உள்ளடக்கம் சில மாறுதல்களுக்கு உள்ளாயிற்று. முதலில் எழுதப் படிக்க தெரிந்த எல்லாப் பெண்களும் இதை வாசித்தால் தங்களுக்கு இருக்கும் சட்டபூர்வமான உரிமைகளைத் தெரிந்து கொள்ள உதவிகரமாக இருக்கும் வகையில் அமைய வேண்டும் என்பது விருப்பமாக இருந்தது. பிறகு, வெறும் சட்ட உரிமைகளை மட்டும் சொல்லுவதாலோ, அதை வாசிக்க முடிந்த பெண்கள் அறிந்து கொள்வதாலோ மட்டும் பெரிய மாற்றம் நிகழ்ந்துவிடுமா என்ற கேள்வியும் எழுந்தது. சமூகத்தில் கருத்து ரீதியான மாற்றம் நிகழுவதற்கு பெண்கள் உரிமை குறித்து சரியானபார்வை பெண்களுக்கு மட்டும் இன்றி, ஆண்களுக்கு மட்டுமின்றி சமூகத்தின் கருத்தாகவும் மாற வேண்டிய அவசியம் இருப்பதை உணர்ந்தேன். எனவே இது பெண்களின் உரிமைகளைப் பற்றி கையேடாக இருக்க வேண்டும் என்ற கருத்தாக மாற்றம் பெற்றது. ஆனால், சரிபாதி பெண்கள் தங்கள் உரிமைகளை எந்த அளவு உணர்ந்துக் கொள்கிறார்களோ அந்த அளவு மாற்றம் தவிர்க்க முடியாதது என்பது உண்மை.

ஒரு பெண், தன் சுயம், தன் உடல், தன் எண்ணம், தன் இலக்கு, ஆகியவற்றை உணர்ந்து கொண்டு உரிமைகள் பற்றிய தெளிவும், பிரக்ஞையும் பெற்று இருந்தால்தான் விழிப்புணர்வுடன், தன் உரிமைகளையும் காத்து பிறர் மீதான உரிமை மீறல்களையும் எதிர்க்க உதவுகிற ஒரு குடிமகளாக இருக்க முடியும். மாற்றம் நிகழ்த்த முடியும். தன்னைச் சுற்றியிருக்கும் தளைகளையும், குடும்பத்தில் தன் கருத்துக்கு தடை இல்லாதவகையில் எண்ணங்களை உரிமைகளை ஈடேற்றிக் கொள்ளும் பெண்ணால்தான், இச் சமூகத்திற்கான தன் பங்கை ஆற்ற முடியும்.

இப்படிப்பட்ட பெண்கள், நமது சமூகத்தில் நூற்றுக்கணக்கில் இருக்கிறார்கள். அவர்களை சமூகம், பெண்ணுரிமையை அறிந்த, பிறர் உரிமைகளுக்காக போராடுகிற ஒரு பெண்ணாக நேர்மறைக் கண்ணோட்டத்தில் பெரும்பாலும் பார்ப்பதில்லை. மாறாக, அவளை ஒரு சண்டையிடுபவளாகவோ அல்லது ஏதேனும் ஒரு இயக்கத்தைச்

சேர்ந்தவர்களால் ஆட்டுவிக்கப்படுகிற பணியாளாகவோதான் இச்சமூகம் அவளைப் பார்க்கிறது. ஆனால் அரசியலில் ஈடுபடும் இடதுசாரிக் கட்சிகள் அல்லாத பிற கட்சிகளின் பெண் அரசியல்வாதிகள் தங்களது உரிமைக்காகவும் பிற பெண்களின் உரிமைகளுக்காகவும் போராடும் சமத்துவ, ஜனநாயக எண்ணம் கொண்டவர்களாக இருப்பதில்லை. எனவே, பெண்கள் அரசியல் தளத்தில் இருந்தாலும் பல நேரங்களில் பெண்களின் பிரச்சினைப் பற்றி பெண்ணிய கண்ணோட்டம் அற்றவர்களாக காணப்படுவது சாதாரணமானது. ஏனெனில் அவர்களது அரசியல் வாழ்க்கை அல்லது அரசியலில் வளர்ச்சி போன்றவை போராட்டங் களினூடாகவோ தனது உரிமைக் கோரிய பயணத்தில் கிடைத்த ஒன்றாகவோ, வளர்ச்சியாகவோ இருப்பதில்லை. பெரும்பாலும் அரசியல் பின்னணி உள்ள குடும்ப உறுப்பினர்கள் மூலம் அறிமுகப்படுத்தப்பட்டு மகளிருக்கான இடத்தை இட்டு நிரப்ப வந்தவர்கள் அவர்கள், தலைவர் பிறந்த நாட்களின் போது பெண்கள் தங்கள் பங்குக்கு வாழ்த்துச் சொல்லவும், விளம்பரப் பாதாகைகள் வைக்கவும், அவர்கள் பகுதியில் நடைபெறும் தேர்தல்களிலும் முன்னணி பெறவும், அதன் மூலம் அடைகிற பொருளாதார வளர்ச்சி, கட்சியில் வளர்ச்சி, அறிமுகம், தலைமைக்கு நெருக்கமானவர்களிடம் செல்வாக்கு ஆகியவற்றை பெருக்கிக் கொள்ள அரசியலுக்கு வந்தவர்கள். தங்கள் பகுதியில் நடக்கும் பிரச்சினைகளில் கூட, பெண்களுக்கு ஏற்படும் பாதிப்புகள், உரிமை மீறல்கள் என்று பிரத்யேகமாக பிரச்சினைகளை புரிந்துக் கொள்ளவோ, புரிந்துகொள்ளும் தகுதியுடனோ இருப்பதில்லை. எனவே அவர்களைப் போன்றவர்களும், இக் கையேட்டை வாசிப்பதால் பெண்கள் நிலை குறித்த கூர்நோக்கு பெறவும், உரிமைகளைப் பற்றி அறியவும் வாய்ப்பாக அமையும்.

இடதுசாரிக் கட்சிகள் தவிர்த்த பிற அரசியல் கட்சி தலைவர்கள், நல்ல பணியிலும், சம்பளத்திலும் இருப்பவர்கள், அன்றாடம் செய்தித்தாள் வாசிப்பவர்கள், நடுத்தர மக்கள், ஊழல் செய்யாத அல்லது பொதுப் பணத்தை தனக்காகப் பயன்படுத்தாத அரசு ஊழியர்கள், படித்த வர்க்கத்தினர், கணினித் துறையில் பெருத்த ஊதியம் பெறுவோர் போன்றோருக்கு சமூகம் அடையும் பின்னடைவுகள் பற்றிய கவலையும் புரிதலும் இருந்தாலும், பெண்களின் பிரச்சினைகள், அவர்கள் உரிமைகள் பற்றி பேசினால் பல நேரங்களில் மிகவும் வெகுளித் தனமாகவும், புரிதலற்ற பேச்சுகள் மூலமாகவும் நம்மை அதிர்ச்சியடையச் செய்வார்கள். "எல்லா உரிமைகளும் பெண்களுக்குத் தான் உள்ளன" என்றும் "ஆண்களைக் காட்டிலும் பெண்களுக்குத் தான் வாய்ப்பும், வசதிகளும் சமூகத்தில்

அதிகம்" என்றும் பேசுவார்கள். "இந்தக் காலத்து பெண்கள் தான் அதிகமாக வன்முறையில் ஈடுபடுகிறார்கள்" என்பார்கள், "பெண்களின் உரிமைகள் பற்றி அதிகமாகப் பேசும் எதிர்மறைப் போக்குகள் வளர்ந்து விட்டன" என்பார்கள். உண்மைக்கும், வரலாற்றுக்கும், சிறிதும் சம்பந்தமில்லாதது, இன்றைய இந்தியாவின் பெண்கள் நிலைமைகளுக்கும் சற்று பொருத்தமில்லாமல் பேசுவதை கேட்கும் போது இவர்களுக்கு எங்கிருந்து துவங்கி, எதைச் சொல்வது? என்ற கவலை ஏற்படும். இவர்களை ஆண்டுதோறும் தேசிய குற்றப் பதிவுகள் ஆவண மையம் பதிவு செய்யும் ஆயிரக்கணக்கான பெண்களுக்கு எதிரான வன்முறைகளைப் பார்க்கச் சொல்வதா? சமமாக வேலை செய்தாலும், சமமற்ற கூலி பெறும் கோடிக்கணக்கான உழைக்கும் பெண்களை நினைத்துப் பார்க்கச் சொல்வதா? உயர் கல்வி நிறுவனங்களிலும், உயர் பதவிகளிலும் ஒற்றை இலக்க சதவீதமாக இருக்கும் பெண்களைப் பற்றி சிந்திக்கச் சொல்வதா? எதுவும் புரியாமல் தன் சொந்தப் பெண்ணுக்கு தங்கம் சேர்க்க வேண்டுமே என்ற அவருடைய கவலை பற்றி சொல்லிப் புரிய வைப்பதா? என்று விளங்காது.

இப்படிப்பட்டவர்களுக்கு ஓரிரு வார்த்தைகளில், ஒரிரண்டு வாதப் பிரதிவாதங்களில் எதையும் புரிய வைத்து விட முடியாது என்பது மட்டுமே நான் அனுபவத்தால் அறிந்த உண்மை.

பல நேரம் எசகு பிசகான, அனர்த்தமான வாக்கு வாதங்கள் வரும்போது ஓரிரு வார்த்தைகளைச் சொல்லிவிட்டு, அவர்களைப் பேசவிட்டு, ஏதேனும் ஒரிரண்டு பொதுக் கருத்துக்களை மட்டும் ஆமோதித்து விடுவது மிகவும் பொருளுடையதாகத் தோன்றும்.

இந்தியப் பெண்களை ஒரே அணியில் வைத்துப் பார்த்திட முடியாது. இந்தியப் பெண்கள் என சித்திரிப்பதற்குக் கூட அந்தந்தப் பிரச்சினைகளைச் சார்ந்து தான் பொதுமைப்படுத்த முடியும். வறுமைக் கோட்டிற்கு கீழே வாழும், துயருறும் பெண்களைப் பற்றி நாம் பேசினால், தன்னுடைய மிகக் குறைந்த வாசிப்பில் வந்த ஞாபகத்திலிருந்து, வீட்டில் கணவனுக்குத் தெரியாமல் திருடி பணம் சேர்த்து வேறு ஆணுடன் வாழ்க்கை நடத்தும் பெண்களும் இருக்கிறார்கள் என்று உதாரணம் கூறுவார்கள்.

பாலியல் வன்முறையால் சீண்டலுக்கும் தொல்லைக்கும் ஆளாகிய பெண் குழந்தைகளைப் பற்றி பேசினால், தன் உடலைக் காட்டி நடித்து, கோடிக்கணக்கில் பணம் சேர்க்கும் நடிகைகளைப் பற்றி பேசுவார்கள். கல்வி கற்றும் அறியாமையில் பேசும் இவர்கள் மீது கோபம் வரக் கூடாது என்ற தார்மீகப் பொறுப்புடன் விளக்கமாக எடுத்துக் கூற முயல்கிறோம் ஆனால் எதிர்மறையான விஷயத்தையே அவர்கள் முன்வைப்பதால் பாதிக்கப்பட்ட ஒரு பெண்ணின்

பிரச்சினைக்கு இன்னொரு பெண் காரணமல்ல என்றும் இச்சமூகம் தான் என்றும் நட்போடு சொல்ல வேண்டியிருக்கும்.

இப்படி படித்த ஆண்களுக்கும், பெண்களுக்கும் நமது சமூகத்தின் சரி பாதி பெண்களின் உரிமைகள் பற்றிய ஒரு சரியான பார்வையை தருவதே இந்நூலின் நோக்கம். எவர் முன்னாலும் ஒருவர் நின்று பெண்களுக்கு எல்லா உரிமைகளும் இருக்கின்றன; அவர்கள்தான் அதை நடைமுறைப்படுத்துவதில்லை என்று பேசினாலும் இந்நூல் பதில் தருவதாக அமைய வேண்டும் என்பதே இலக்கு.

நான் நினைத்ததை விடவும் பல கருத்துக்களைச் சுருக்கியும், அடியாழத்துக்குப் போகாமலும், ஓரளவு எளிமையான சொல்லாடல்களுடன் இதை எழுத நினைத்ததில் முழு வெற்றி அடையவில்லை என்பதை வெளிப்படையாக ஏற்றுக் கொள்கிறேன். இருப்பினும் இம்முயற்சிக்குப் பின்னால், உங்களிடமிருந்து வரக்கூடிய கருத்துக்களின் பதிவுகளை மனதில் நிறுத்தி, தேவையைப் பொறுத்து புதிய வடிவிலோ, மாற்றத்துடனோ, முற்றிலும் வேறு வகையிலோ உங்களிடம் மீண்டும் வருவேன்.

இந்தப் புத்தகத்தை மனதில் உருவாக்கம் செய்த காலம் முதல் இன்றுவரை இப்பணியை செய்ய அவர்களுக்கே தெரியாமல் என் மனத்தில் பல பதிவுகளை ஏற்படுத்திய நூற்றுக்கணக்கான பாதிக்கப்பட்ட பெண்களுக்கு இந்நூல் காணிக்கை.

2.9.09   அஜிதா
செ

I. சர்வதேச உடன்படிக்கையின் பார்வையில் பெண்கள் உரிமைகள்

ஒவ்வொரு பெண்ணும் வளரும் போதும் வாழும் போதும், அவள் ஒரு பெண் என்று சமூகத்தால் உணர்த்தப்படுகிறாள். இது அவளை பாலீன ரீதியாக மாறுபட்டவள் என்பதை உணர்த்துவதற்காக அல்ல. மாறாக, அவளுடைய சமூகப் பாத்திரத்தை உணர்த்தவும் அவளுடைய எல்லைகளை நினைவு படுத்தவும், சமூகத்தின் ஏற்றுக் கொள்ளப்பட்ட வரையறைகளைத் தாண்டும் போது வன்மையாகக் கண்டிப்பதற்காகவும் மட்டுமே. சமூகம் எப்போதும் பெண்ணின் மீதான கண்காணிப்பைத் தொடர்ந்து செய்து கொண்டே இருக்கிறது.

ஒரு பெண், தான் விரும்பும் கல்வியைக் கற்று, சமூகத்தில் தான் என்னவாக இருக்க வேண்டும், எத்தகைய பங்காற்ற வேண்டும் என தன் நோக்கத்தை, இலட்சியத்தை வளர்த்துக் கொள்வது இன்றைக்கும் சாத்தியமற்றதாக உள்ளது. சுதந்திரமான சூழல் பெண்களைக் காட்டிலும் ஆண்களுக்கே வாய்க்கப்பெறுகிறது. ஏனெனில், திருமணம் என்பது அத்தியாவசியமான மறுக்க முடியாத (வாய்க்கப் பெறாமல் போவது வேறு விஷயம்) ஒரு கருத்தாக இருக்கிறது. தான் ஒரு பொறியாளர், கப்பல் பணியாளர், ஓவிய ஆசிரியர், புகைப்படக்காரர் அல்லது இராணுவ வீராங்கனை என்று என்னவாக வர வேண்டும் என்ற தன் விருப்பங்களை வெளிப்படுத்தி ஒரு பெண் நிறைவேற்றிக் கொள்ள முடியாது.

ஐரோப்பிய சமூகத்திலும், அமெரிக்க நாடுகளிலும் ஆஸ்திரேலியாவிலும் இத்தகைய சூழல் ஓரளவு வளர்ந்துள்ளது. ஏனெனில் அங்கு 'சாதி' என்ற இறுக்கமான கருத்துக்களைத் திணிக்கும் - புதிய கருத்துக்களை எதிர்க்கும் ஒரு நிறுவனம் அங்கு இல்லை. அந்நாடுகளில் மத நிறுவனங்களும், சமூகத்தின் பொருளாதார வளர்ச்சிக் கேற்ப பல்வேறு மாறுதல்களை அடைந்து வருவதால் அந்தச் சமூகங்களில் ஒடுக்குமுறை என்பது மிகவும் மோசமான வடிவங்களில் வெளிப்படுவதில்லை. எனினும், திருமணம், சமத்துவம், வேலைவாய்ப்பு, அரசியல், சமூக தளங்களில் பங்கேற்பு போன்ற அம்சங்களில் பாகுபாடான நிலைமைகளே காணப்படுகின்றன.

"பெண்களுக்கு எதிரான அனைத்து விதமான பாகுபாடுகளையும் களைவதற்கான சர்வதேச உடன்படிக்கை, 1979-ல் உருவாக்கப்பட்டது. (CEDAW) Convention For Elimination Of All Forms Of Discrimination 1979 உலகம் முழுவதும் பெண்களுடைய உரிமைகள் பற்றி அரசுகள் உரத்து சிந்திப்பதற்கும், தங்களுடைய நாட்டில் உள்ள பாகுபாடுகளை களைவதற்குமான உறுதிப்பாட்டை வெளிப்படுத்துவற்கும் அந்த உடன்படிக்கை வாய்ப்பை ஏற்படுத்தியது. சமத்துவம், பாகுபடுத்தாமை, அடிப்படை மனித உரிமைகள் பாலின ரீதியான பிம்பப்படுத்துதலால் உண்டாகும் எதிர்மறை நிலைமை, ஆள்கடத்தல் பாலியல் தொழில், அரசியல் மற்றும் பொது வாழ்க்கை, கல்வி, வேலை, பொது சுகாதாரம், கிராமப்புறப் பெண்கள், சட்டத்தின் முன் சமத்துவம், திருமணம் மற்றும் குடும்ப வாழ்க்கை ஆகியவற்றில் அடைய வேண்டிய உரிமைகளைப் பற்றி இந்த சர்வதேச உடன்படிக்கை 1 முதல் 16 வரை உள்ள பிரிவுகள் எடுத்துரைக்கின்றன.

உடன்படிக்கையில் 1993 ஆம் ஆண்டு இந்தியா கையெழுத்திட்டது. இந்த உடன்படிக்கையை நடைமுறைக்குக் கொண்டு வரும் நோக்கோடு இதற்காக அமைக்கப்பட்ட குழுவின் முன் இந்தியா 3 ஆண்டுகளுக்கு ஒரு முறை தனது அறிக்கையை அளிக்க வேண்டும். அவ்வாறு அளிக்கும் போது சர்வதேச உடன்படிக்கை கூறும் 16 பிரிவுகளின் அடிப்படையிலும் தத்தமது நாட்டின் நிலைமைகள் குறித்தும், பாகுபாடுகளைக் களைவதற்காக அரசு எடுத்த நடவடிக்கைகள் குறித்தும் அவ்வறிக்கை தெரிவிக்கவேண்டும். ஆனால், வழக்கமாக அரசுகள் தாங்களே ஏற்றுக் கொண்ட, அறிக்கை சமர்ப்பிக்கும் கடமையில் கூட உண்மையாக இருக்காமல் பொய்யான அறிக்கைகள் தருவதை வழக்கமாகக் கொண்டிருக்கின்றன. இதுபோன்ற பெயரளவிலான அறிக்கைகளை இந்தியா மட்டுமல்ல, பிற ஆசிய நாடுகளும் தருகின்றன. எனவே இந்தியாவைப் பொறுத்தவரை இந்தியாவின் பெண்கள் அமைப்புகளின் தேசிய கூட்டமைப்பு என்கிற அமைப்பு, (NAWO)ஒவ்வொரு முறையும் நிழல் அறிக்கை ஒன்றை தயாரித்து இந்தியப் பெண்கள் எதிர் கொள்ளும் பிரச்சினைகள், பாகுபாடுகள், அவற்றால் இந்திய பெண்கள் படும் அல்லல்கள், அவற்றை பற்றிய இந்திய அரசின் பார்வை போன்ற விஷயங்களை உள்ளடக்கி, (CEDAW)சீடா கமிட்டி உறுப்பினர்களை நேரில் சந்தித்து தமது கருத்துக்களை வலியுறுத்தி, உண்மை நிலையை அந்தப் பணிக் குழு புரிந்துக் கொள்ள ஏதுவாக அளிக்கிறது.

பெண்கள் எதிர்கொள்ளும் பல பிரத்யேக பிரச்சினைகளைக் களையும் விதத்தில் இந்தியாவில் சில புதிய சட்டங்கள் இயற்றப்படுகின்றன. இச்சட்டங்கள் சமுகத்தில் நிலை கொண்டுவிட்ட பெண்களுக்கு எதிரான பிரச்சினைகளை முதலில் அங்கீகரிக்கின்றன.

அதைக் களைவதற்காக, பெண்களுக்கு எதிரான குற்றங்களைப் புரிவோர் மீது சட்டபூர்வ நடவடிக்கை எடுக்க உதவிகரமாக இருக்கின்றன.

சட்டங்கள் பல இருந்தாலும் அவற்றை பயன்படுத் துவதிலும், அதன் மூலம் நியாயம் பெறுவதிலும், நீதிமன்றத்தை அணுகிப் பிரச்சினைகளைக் களைவதிலும் பெரும் சிக்கல் உள்ளது. ஏனெனில், சட்டம் இயற்றுவர்களின் கண்ணோட்டமும், அதன் நோக்கமும், அதை நடைமுறைப் படுத்துபவர்களுக்கும், நீதி மன்றங்களுக்கும் இருப்பதில்லை.

மேலும், பாதிக்கப்பட்ட மக்களுக்கு குறிப்பாக பெண்களுக்கு இச்சட்டங்கள் பற்றி தெரிந்திருப்பதில்லை. தெரிந்திருந்தாலும் சட்டதின் வாயிலாக அப்பெண்ணுக்கு ஏற்பட்ட பிரச்சினைகளை களைவதற்கு அப்பெண்ணுக்கு உதவிகரமாக இருக்க ஆண்கள் அல்லது குடும்பத்தினர் முன்வருவதில்லை. தங்களது குடும்ப கௌரவம் அல்லது மானம் போன்ற விஷயங்களுக்காக மட்டுமே பெரும்பாலும் பெண்களின் பிரச்சினை கையிலெடுக்கப் படுகிறது. இந்தியாவிலும், பாகிஸ்தான் போன்ற நாடுகளிலும் வேறு மதம் சார்ந்த / வேறுசாதி சார்ந்த ஆணை விரும்பினாலோ, அல்லது காதல் திருமணம் செய்தாலோ தங்கள் வீட்டுப் பெண்ணையே கண்ட துண்டமாக வெட்டி வீசும் வன்முறைக் கலாச்சாரம் கௌரவக் கொலைகளாக அறியப்படுகிறது. பெண்ணை வெட்டிக் கொல்லும் வன்முறை தொடர்கதையாகி சமூகம் அதிர்ச்சி அடையாத அளவு பழக்கமாகிப் போனது என்பதைக் காட்டுகிறது. மிக சமீபத்தில் இதற்கு எதிரான கடுமையான தண்டனை தரக்கூடிய பிரத்யேக சட்டம் கொண்டு வருவது குறித்து சட்டக் கமிஷன் தனது பரிந்துரைகளை முன் வைக்க இருக்கிறது.

பெரிய அளவிலான சமூக அரசியல் மாற்றங்கள் வந்து விட்டதாகவும், கணினி உலகில் இந்தியா முதல் 10 இடங்களில் இருக்கிறதெனவும், அதனால் இந்தியப் பணக்காரர்கள் ஆசிய, உலக வரிசையில் இடம் பெற்று விட்டார்களெனவும் புகழ்பாடிக் கொள்ளும் அரசியல்வாதிகள் இருக்கும் வரை, உண்மைகளைத் தெரிந்து கொள்ள முடியாத கோடானு கோடி இந்தியர்கள் இருப்பார்கள் என்பது திண்ணம்.

பெண் சுதந்திரம், பெண் விடுதலை போன்ற வார்த்தைகள் மிக அதிகமாகக் கேட்டுக் கேட்டு பொருளே விளங்காத நிலையில் அதைப் பிரயோக படுத்துபவர்கள் உள்ளனர். அவர்கள் பல நேரங்களில் தவறாகவும், பல நேரங்களில் கொச்சைப்படுத்தியும் பேசுவது நாம் அறிந்ததே. உதாரணமாக குட்டைப் பாவாடைகள், உடல் தெரியும் உடைகள், புகை பிடித்தல், மது அருந்துதல்

ஆகியவற்றுக்காகத் தான் பெண்களுக்கு சுதந்திரம் என்று ஏளனமாய்ப் பேசுவார்கள். வழக்கமான பெண் செயல்பாடுகளை மறுத்தலையே பெண் விடுதலை என்று கூறுவதாக கொச்சைப் படுத்துவர். பெண் வேலைகள் என்று கருதப்படும் வீட்டைச் சுத்தப்படுத்துதல், குழந்தை வளர்ப்பு, சமைத்தல் போன்ற குடும்பப் பணிகளில் இருந்து மாறுபட்டு சமூகப் பணிகளை செய்ய முற்படும் பெண்கள் அங்கீகாரம் பெறுவதில்லை. மிக உயர் பதவிகளில் உள்ள பெண்களுக்கும், பணக்காரப் பெண்களுக்கும் இதில் சிலவற்றுக்கு விதி விலக்கு அளிக்கப்பட்டாலும், குழந்தை பெறுதல், குழந்தை வளர்ப்பு போன்ற விஷயங்களில் விலக்கு அளிக்கப்படுதல் அரிதான ஒன்றாகவும், அங்கீகாரம் தர மறுக்கும் பகுதிகளாகவும் உள்ளன. எனவே, பெண்ணுக்கு எதிரான சமூகச் சூழலில் "பிம்பப்படுத்துதல்" என்பது பெண்களுக்கு எதிரான பாகுபாடான நிலையை உருவாக்கும் காரணிகளில் முக்கியமானது என பெண்களுக்கெதிரான அனைத்து விதமான பாகுபாடுகளையும் களைவதற்கான சர்வதேச ஒப்பந்தமான 'சீடா' தொடர்ந்து வலியுறுத்தி வருகிறது. இத்தகைய பிம்பப்படுத்துதல் (Stereotyping) அவர்கள் மீதான பல பாகுபாடுகளை ஏற்கச் செய்யும் காரணியாக அமைகிறது.

II. தேசியப் புள்ளி விவரங்கள் காட்டும் பெண்கள் மீதான வன்முறைகள்

இந்தியாவில் ஒவ்வொரு நாளும், பெண்கள் மீதான வன்முறைகள் பற்றிய செய்திகள், தகவல்கள் வந்தவண்ணமே உள்ளன. முன்னெப் போதும் விட சமீபகாலங்களில் பெண்கள் மீதான வன்முறைகள் அதிகரித்துக் கொண்டே போகின்றன.

பெண் கருக்கொலை, பெண்சிசுக் கொலை என்பவை நாற்பது ஆண்டுகளுக்கு முன் இல்லாத வன்முறை. கடந்த சில பத்தாண்டுகளில் மிக அதிகமாகப் பெருகியுள்ளது. ஸ்கேன் போன்ற கருவிகளை புழக்கத்தில் கொண்டு வருமுன், கருக் கொலைகள், குறிப்பாக பெண்கருக்கொலைகள் நடுத்தர, மேல்தட்டுவர்க்கத்தினரிடையே சாத்தியமற்றதாக இருந்தது. பிறந்த பெண் குழந்தைகளைக் கொல்லுதல் என்பது சாதாரணமாக நடைமுறையில் இல்லாமல் இருந்தது. ஆனால், தற்போது (Sex selective abortion) பாலினம் அறிந்து செய்யப்படும் கருக்கலைப்புகள் மட்டும் கடந்த 10 ஆண்டுகளில் 50 இலட்சத்தைத் தாண்டும் என்று தன்னார்வ அமைப்புகள் தெரிவிக்கின்றன.

உயிர் பறிக்கும் கொலைகள் முதல் வரதட்சணைக் கொடுமைகள், வரதட்சணைக் கொலைகள்/சாவுகள், பாலியல் வன்புணர்ச்சி, பாலியல் துன்புறுத்தல், குடும்ப வன்முறைகள், ஆசிட் வீச்சு உள்ளிட்ட பத்து வகையான வன்முறைகள் குறித்த புள்ளி விவரங்கள், தேசிய குற்றப் பிரிவு ஆவண மையமும் (National Crime Records Bureau) மற்றும் மாநில குற்றப்பதிவுகள் ஆவணமையமும் பட்டியலிட்டுள்ளன. காவல் நிலையங்களில் பதிவு செய்யப்படும் குற்றங்களை மாநில வாரியாகவும், நகரங்கள் வாரியாகவும் பட்டியிலிட்டுள்ளன. இந்தப் புள்ளி விவரங்கள் கூட, முழுமையான உண்மையை பிரதிபலிப்பதில்லை. ஏனெனில், சட்டபூர்வமாக தீர்வுகான முடிவு செய்தபோதும் பல நேரங்களில் பெரு முயற்சிக்கு பின்னரே அவை கோப்பில் எடுத்துக் கொள்ளப் படுகின்றன.

ஒரு வருட காலத்தில் (2007) ஜனவரி 1 முதல் டிசம்பர் 31 வரை மட்டும் வரதட்சணைக் கொடுமையால் கொல்லப்பட்ட, உயிரிழந்த பெண்கள் 8,063 பேர் என்று தேசிய புள்ளி விவரம் காட்டுகிறது உண்மையில் கூடுதலான வரதட்சண சாவுகள் நடந்திருந்தாலும் அவை பதிவு செய்யப்படுவதில்லை. காரணம், பல குடும்பங்களில்

தங்களுடைய மகளுக்கு அற்ப ஆயுள் என்றும் அவள் விதி என்றும் ஏற்றுக் கொள்ளப்படுகிறது. மேலும் நீதி பெறுவதற்கு சக்தியும், வசதியும், வாய்ப்புகளும் அற்ற பெற்றோர் நிறைய உள்ளனர் என்பதும் ஒரு காரணம்.

வரதட்சணை என்ற வன்முறையால் பெண்கள் ஆயிரக்கணக்கில் உயிரிழக்கும் நிகழ்வுகள் இருக்கும் போதே, பெண்கள் பொய் வழக்குகள் ஜோடிப்பதாக, ஆண்கள் உரிமை பாதுகாக்கும் சங்கம் மற்றும் இந்தியக் குடும்பங்களைப் பாதுகாக்கும் கூட்டமைப்பு போன்ற அமைப்புகள் வரதட்சணை குறித்த சட்டங்களை கேள்விக் குள்ளாக்குகின்றன. குடும்பம் என்னும் அமைப்பை சிதைப்பதாக உள்ளது என்று, கூச்சலிடுகின்றன. சில பெண்கள், சில ஆண்களின் மீதும், அவர்கள் குடும்பங்களின் மீதும் தவறான வழக்கை போட்டிருக்க கூடும்; அவை விதி விலக்கானவை. அத்தகைய காரணங்களைக் காட்டி, இந்தியாவில் குடும்ப அமைப்பை சீர் குலைக்கவே வரதட்சணைக் குற்றங்களுக்கான பிரிவும், குடும்ப வன்முறைத் தடைச் சட்டமும் வந்திருப்பதாகவும், குடும்பம் என்ற 'புனிதமான' நிறுவனத்தை சீர்குலைப்பதாகவும் இந்த அமைப்புகள் குற்றம் சாட்டுவது, எந்த அளவு பெண்கள் மீதான வன்முறை நிறுவனமயப் படுத்தப்பட்டுள்ளது என்பதையும், அத்தகைய வன்முறை எவ்வாறு அங்கீகரிக்கப்பட்ட, சாதாரண நிகழ்வாக உள்ளது என்பதையும் காட்டுகிறது.

பல நேரங்களில் ஆண்கள் மிகவும் சிரமப்படுவதாகவும், சட்டங்களும் நடைமுறையும் பெண்களுக்கு, குறிப்பாக தவறு செய்யும் பெண்களுக்கு சாதகமாக உள்ளதென்று பொழுது போக்கிற்காகவும், நகைச்சுவை என்ற பெயரிலும் அன்றாட தொலைக்காட்சி மற்றும் திரை ஊடகங்களில் கருத்துப் பரப்பப்படுகிறது. இவ்வகையாக புதிய கருத்துக்கள், புதிய சிந்தனைக்கு எதிரான கருத்துகளை பிரச்சாரம் செய்தல் எல்லா காலங்களிலும், எல்லா நிறுவனங்களும் செய்து கொண்டே தான் வந்துள்ளன. ஆனால் புது தில்லியில் உண்ணா நிலை மேற்கொள்வது, ஆண்கள் பாதுகாப்பு சங்கம் வலைத்தளம் மூலம் புதிய சட்டங்களை எதிர்ப்பது, ஏற்கனவே உள்ள சட்டப் பாதுகாப்புகளை நீக்குதவற்கான கருத்துத்தொற்றுமையை உருவாக்கி, இதற்கான துறையினரிடமும் மத்திய அமைச்சரிடமும் மனுக்கள் தருவது புதிய நடைமுறை.

பெண்கள் மீதான வன்முறைகள் நிகழும் போது, அது குடும்பத்திற்குள் நடந்தாலும், சமூகத்தில் நடந்தாலும், காரணம் பாதிக்கப்பட்ட அப்பெண் தான் என்று குற்றம் சாட்டப்படுகிறாள். பாலியல் வன்புணர்ச்சி அல்லது வரதட்சணை - துன்புறுத்தல் என எதுவாக இருந்தாலும் அப்பெண்ணுக்கு நடந்து கொள்ளத் தெரியவில்லை என்றும் அவள் ஒழுங்கானவளாக இருந்திருந்தால்,

அத்தகைய வன்முறைக்கு ஆளாகாமல் இருந்திருக்கலாம் என்றும் கூறப்படுவதை நாம் அறிந்திருக்கிறோம்.

ஒரு ஆண் வன்முறைக்கு ஆளாகும் போது வன்முறையாளரின் தன்மைகள், வலிமை, அதற்கான காரணங்கள் ஆராயப்படுகின்றன. வன்முறைக்கு பெண் ஆளாக்கப்படும் போது, பொது வெளிக்கு வரும் பெண்களுக்கு இப்படித்தான் நேரும் என்று பாடம் கற்பிக்கும் விதமாகவே சில வன்முறைகள் நடந்துள்ளன. பன்வாரி தேவி என்ற பெண் மீது ராஜஸ்தானின் தாக்கூர் இனத்தவர்கள் நடத்திய பாலியல் வன்முறை இதற்குச் சரியான எடுத்துக்காட்டு.

மேல்தட்டு வர்க்கப் பெண்கள் இரவு நேரங்களில் கேளிக்கை விடுதிகளுக்கு போகும் போதும், அந்த விடுதிகளில் நடக்கும் வன் முறைகளையும் சுட்டிக்காட்டி, இந்த வன்முறைகள் குடும்பப் பெண்களுக்கு நடக்கிறதா, இல்லையே! எனவே இது போன்ற நடைமுறைகளைக் கொண்டிருந்தால் வன்முறை நடக்கும் என்று நியாயப்படுத்துபவர்களும் உண்டு. இதனுடைய நீட்சியாக கர்நாடகா மாநிலத்தின் மங்களூர் நகரத்தில் பப் (Pub) எனப்படும் மது அருந்தகத்தில் நுழைந்து பெண்களைத் தாக்கி, ஓட ஓட விரட்டி வன்முறை புரிந்த செயலை நியாயப்படுத்துகின்றனர். திட்டமிட்டுச் சென்று தாக்குவதும், திட்டமிடாமல் ஓரிருவர் வன்முறை செய்வதும் என இரண்டையும் சமப்படுத்துவதால் வன்முறையை எள்ளளவும் குறைத்துவிட முடியாது. திட்டமிட்டு நடத்தப்பட்ட வன்முறை அரசியல் மற்றும் இயக்கம் சார்ந்தாக இருப்பதால் அது இன்னும் தீவிரமாக கண்டிக்கத்தக்கதே அன்றி, ஒரு போதும் அந்த வன்முறைக்கு பெண்களைக் காரணம் காட்ட முடியாது.

சமீப காலங்களில் குழந்தைகள் மீதான பாலியல் வன்முறைகள், தொல்லைகள் அல்லது சீண்டல்கள் மிகவும் அதிகமாகக் காணப்படுகின்றன. ஒரு பெண்ணை ஒரு முழுமையான மனுஷியாக பார்க்காமல், அவளை ஒரு உடலாக பார்க்கும் பார்வை மிகவும் அதிகமாகியுள்ளது. பெண்ணின் உடலை சந்தைப்படுத்தும் தற்காலப் பொருளாதாரமும், அரசியலும் இத்தகைய வன்முறைகளுக்கு நேரடியான அடிப்படைக் காரணம் ஆகும்.

மீண்டும் மீண்டும் பெண்களின் உடலைக் காட்டி அதை ரசிக்கவும், நுகரவும் உரிய ஒரு பொருளாக்கி, அதைக் கொண்டு, பிறபொருட்களை சந்தைப்படுத்தும் கலாச்சாரம் தாராளமாக்கலின், உலக மயமாக்கலின் நேரடி விளைவு. இந்த உத்தி அனைத்து முதலீட்டாளர்களாலும் நீக்கமற பயன்படுத்தப்படுகிறது. ஏன் பெண்ணை அழகிப் போட்டிகளின் நடை மேடைகளில் நடக்க வைக்கிறார்கள்? அவர்களுடைய வலிமை, அறிவு போன்றவற்றை தீர்மானிப்பதற்காகவா? இல்லை. அவர்களுடைய உடல் அங்கங்கள் எவ்வாறு ரசிக்கக் கூடியதாக, பாலியல் ரீதியாக கவர்ச்சியானதாக இருக்கிறதென்பை மதிப்பீடு செய்யத்தான்.

பெண்ணின் உடலை கவர்ச்சித் தன்மையுடைய ஒரு "பொருள்" என்று மீண்டும் மீண்டும் கூறும் போது அதை நுகருகின்ற, அடைகின்ற விருப்பம், இயல்பான ஒன்றாக ஆக்கப்படுகிறது. வாய்ப்பாக அகப்படும் போது பசித்த முதலை ஒன்றிடம் சிக்கிய இரை போல பெண்ணின் உடல் சிதைக்கப்படுகிறது. பாலியல் வன்புணர்ச்சிகள் நிகழ்கின்றன.

மட்டுமல்லாமல், பிஞ்சுக் குழந்தைகள், 5 வயதுக்குட்ட குழந்தைகள் கூட பாலியல் வன்புணர்ச்சிக்கு ஆளாவது சாதாரண நிகழ்வாகி விட்டது. 2008 ஆம் ஆண்டில் மட்டும் ஏறக்குறைய 200க்கும் மேற்பட்ட குழந்தைப் பாலியல் வன்புணர்ச்சிகள் நிகழ்ந்துள்ளன. இதில் ஈடுபட்ட குற்றவாளிகள் பெரும்பாலானோர் நல்ல உடல், மன ஆரோக்கியத்துடன் இருப்பவர்கள் தான் என்பது மிகவும் அதிர்ச்சிக்குள்ளாக்குகிற விஷயமாக இருக்கிறது.

"துளிர்" என்ற பாலியல் வன்முறைத் தடுப்பு மற்றும் தேற்றுதல் அமைப்பு மேற்கொண்ட ஒரு ஆய்வில் ஏறக்குறைய 1000 குழந்தைகளில் 650 குழந்தைகள் ஏதோவொரு வடிவத்தில் பாலியல் ரீதியான சீண்டலுக்கு ஆளாகிறார்கள் என்பதும், அதிலும் 90 சதத்திற்கும் மேல் தங்களுக்குத் தெரிந்த, நெருங்கிய உறவினர்கள் மற்றும் அறிமுகமானவர்களாலேயே வன்முறைக்கு ஆளாக்கப்படுகிறார்கள் என்பது மிகவும் சிந்திக்க வேண்டிய விஷயமாக இருக்கிறது. எந்த ஒரு தாயும், தந்தையும் உடன் பிறந்த சகோதரர்களையும், அக்குழந்தையின் சொந்தச் சகோதரர்களையும் கூட நம்ப முடியாது என்ற அச்சம்; உறவினர்களுடன் கலந்து பழக அனுமதிக்க அச்சம்; பள்ளிக் கூடத்திற்கு அனுப்ப தங்கள் வண்டி ஓட்டுநரைக் கண்டு அச்சம்; பள்ளிக் கூடத்தில் பாடம் கற்றுத் தரும் ஆசிரியர்களை கண்டு அச்சம் – என்ற நிலை ஒரு புறம் இருக்க இப்படிப்பட்ட நெருக்கமான உறவுகளில் பாலியல் ரீதியான தொல்லைகள், சீண்டல்கள் பரவலாக இருக்கின்றன என்ற யதார்த்தம் பல பெற்றோர்களைச் சென்றடைவதில்லை. அவ்வாறு நிகழ்ந்தபின் மிகுந்த அச்சத்திற்கு ஆளாகிறார்கள். பல நிகழ்வுகளில் இக்குழந்தைகளின் அறியாமை மற்றும் குற்றம் புரிவதை உணர முடிந்தாலும், அதைப் பற்றிய தெளிவின்மை அச்சத்தைத் தோற்றுவிக்கிறது. பெற்றோர்கள் நம்பாமல் போய்விடுவார்களோ என்ற பயம் பல நேரங்களில் இக்குழந்தைகளை மௌனமாக்கி விடுகிறது. எனவே, பல்வேறு வடிவிலான குற்றங்கள் பெண்கள் மீது நிகழ்த்தப்படுவதை தடுக்க, முதலில் இதில் ஆட்படுகிற பெண்கள், தங்கள் உடல் தங்களுக்கு உரியது என்பதை உணர்ந்து வெளிப்படையாக பேசவும் வேண்டும்.

தன்னுடைய உரிமைகள் பறிபோவதைப் பற்றி பிரக்ஞை இல்லாத நபர்களுக்காக வேறொருவர் எவ்வளவு தான் போராடினாலும் மீண்டும் மீண்டும் ஏற்படுகிற உரிமை மீறல்களை எதிர்க்கவோ,

தடுக்கவோ அவர்களால் இயலாமல் போகும். எனவே, பொதுச் சமூகம் பெண்கள் மீதான வன்முறை குறித்த தீவிரமான எதிர்ப்பைக் காட்ட வேண்டும் என்று எவர் விரும்பினாலும், பாதிக்கப்படுகிற பெண்களை இது குறித்து பேசச் செய்வது இவ்வன்முறைகளை தடுப்பதற்கான வழி என்று கூற வேண்டிய அவசியம் உள்ளது. இல்லையெனில் தற்போது இருப்பதுபோல் அவர்கள் மீதான உரிமை மீறல்களையும், வன்முறைகளையும் இயல்பானதெனவோ மனம் வெதும்பியோ ஏற்றுக் கொள்கிற மனநிலைதான் நீடிக்கும். இதைத் தடுப்பதற்கான வழிமுறைகள், தீவிரமான செயல்பாடு ஆகியவற்றை தெரிந்திருப்பின் அவர்கள் நம்பிக்கையோடு எதிர் கொள்ள தயாராக இருப்பார்கள். எனவே, பெண்கள் அவர்கள் குழந்தைகளாக இருக்கும் போதிருந்தே, எவ்விதப் பாகுபாடும் இல்லாமல் தன்னுடைய உடலும், உரிமைகளும் தங்களுக்கே உரியது என்பதையும், அவ்வுரிமைகளுக்காகப் போராடும் மனநிலை இயல்பானதே என்கிற சிந்தனையும் வரவேண்டும். ஆனால், உரிமை மீறல்களையும் தங்களுக்கு ஏற்படும் இன்னல்களையும் மௌனமாகவோ, புலம்பிக் கொண்டோ ஏற்றுக் கொள்கிற மனநிலையில் தான் பெண்கள் வளர்க்கப்படுகிறார்கள். எவ்வளவுதான் கல்வியில் முன்னேறினாலும், பொருளாதார ரீதியாக தற்சார்பு உடையவர்களாக இருந்தாலும், பல்வேறு விதமான கொடுமைகளையும், அடக்குமுறைகளையும் ஏற்றுக் கொள்ளும் மனோநிலையைப் பார்க்கிறோம். சமீப காலத்தில், சமூகத்தின் பல தளங்களிலும், கல்வியிலும் ஏற்பட்டு வருகிற மாற்றங்கள் மௌனமாக வன்முறைகளை ஏற்றுக் கொள்ளும் மனநிலையில் மாற்றத்தை ஏற்படுத்தி வருகிறது என்பது மேலும் ஊக்குவிக்கப்பட வேண்டும்.

III. காதல், திருமணம், குடும்பம் குறித்த உரிமைகள்

வீட்டின் வரவேற்பறையில் தொலைக்காட்சியில் கதாநாயகன், கதாநாயகியை அன்பாக தழுவி, தங்களுக்கு திருமணம் நடக்கப்போவதை உறுதிபடுத்தி கூறும் வசனங்கள் மிகவும் நெகிழ்ச்சியுடன் பார்க்கப்படுகிறது. ஏனெனில் அந்த திரைப்படத்தை பார்க்கும் போது, சாதிய உணர்வுடனோ, தங்களுக்குப் பொருத்திக் கொண்டோ பார்ப்பதில்லை. ஆனால் இளைஞர்கள் அத்தகைய திரைப்படங்களை பார்க்கும் போதும், கதைகளைப் படிக்கும் போதும், தங்களை அத்துடன் பொருத்திப் பார்ப்பது வழக்கம். யதார்த்தத்தில் தன் வீட்டுப் பிள்ளைகள் காதல் வயப்படும் போது எதிர்காலம் பற்றிய அச்சத்தாலும், நிகழ்காலத்தில் தாங்கள் கொண்டுள்ள கருத்துக்களாலும் பெற்றோர் வன்மையாக கண்டிக்கின்றனர். பல்வேறு விதமான மிரட்டல்கள் அப்பெண்ணுக்குத் தரப்படுகின்றன. முக்கியமாக, அப்பெண்ணை உடலைப் பயன்படுத்திக் கொண்டு பின்னர் தூக்கி எறிந்துவிடுவான் என்றும் பிறகு, அப்பெண்ணுக்கும் அவள் விரும்புகிற ஆணுக்கும் குழந்தை பிறந்தால் வேறு எவரும் அவளுக்கு உதவி புரிய மாட்டார்கள் என்றும், அக்குழந்தைக்கு சமூகத்தில் அங்கீகாரம் கிடைக்காது என்றும் பல்வேறு மிரட்டல்கள் சாதாரணமாக எல்லா காதல் எதிர்ப்புகளிலும் காட்டப்படுகின்றன.

இத்தகைய அச்சுறுத்தல்கள் அப்பெண்ணை அவள் சார்ந்த சமூகம் அவர்களுடைய சொத்துப் போல பாவிக்கிறது என்பதைக் காட்டுகிறது. அப்பெண் ஒரு "ஒரு பொருள்" என்பதற்கு சற்றேறக்குறைய தான் அவர்களுடைய வரையறை இருப்பதை இத்தகைய விஷயங்கள் தெளிவாக உணர்த்துகின்றன.

'அவள் உடல் பயன்படுத்தப்பட்டு விடும்" என்ற மிரட்டலில் அப் பொருளானது ஒரு முறை அல்லது ஒருவனுக்காக மட்டுமே பயன்படக் கூடியது என்ற கருத்தும், 'கற்பு' பற்றிய கருத்தாக்கமும் குடி கொண்டுள்ளது.

ஒரு வேளை அப்பெண் விரும்புகிற ஆணுக்கும், அப்பெண்ணுக்கும் மனம் ஒத்துவரவில்லை என்றால், பிரச்சினைகளை அலசி ஆராய்ந்து சேர்த்து வைக்கவும், பிரச்சினைகளை விளக்கவும் ஒரு அமைப்போ நபர்களோ சமூகத்தில் இல்லை என்பது போல் தோன்றும். ஆனால் உண்மை அதுவல்ல. அதே பெண், அப்பெண்ணைச் சார்ந்த சமூகம் கூறுவதைப் போல, அவர்கள் சாதி ஆணை திருமணம் செய்தால்

மேற்கூறிய படி பிரச்சினைகளை அலசி ஆராய்ந்து, பேச்சுவார்த்தை நடத்தி, தேற்றுதல் தரக்கூடிய நபர்கள் அதே சமூகத்தில் இருக்கத் தான் செய்கிறார்கள்.

எனவே, காதலை சமூகம் பெண்ணின் பார்வையில் இருந்து பார்க்கும் போது வெறுத்தும், எதிர்த்தும் வந்திருக்கிறது. பல காதல்கள் ஆணின் பார்வையில் பார்க்கப்பட்டபோது, போரில் கொண்டு வரப்பட்ட பெண்களை அல்லது தீர்மானமாக விரும்பி கடத்திக் கொண்டு வந்து வாழ்ந்ததையும் கூட தவறெனக் கூறவில்லை. இன்னும் சொல்லப் போனால், தன்னுடைய குடும்பம் கடந்த காதலை, சட்டத்தால் ஏற்கப்படாத இரண்டாம் காதலைக் கூட, உயர்பதவிகளில் இருப்பவர்கள் ஒழுங்குபடுத்திக் கொள்ள முனைவதும் அதற்காக இரண்டாம் திருமணம் செய்துக் கொள்ள மதம் மாறுவதும் கூட நாம் அறிகிறோம். சமீபத்தில் சட்டக் கமிஷன் இப்படிபட்ட மத மாற்றம், இரண்டாம் திருமணத்திற்காக புரியப்பட்டாலும், முதல் மனைவி இரண்டாம் திருமணம் புரிந்த கணவன் மற்றும் சம்மந்தப்பட்டவர்கள் மீது கிரிமினல் குற்ற வழக்கை தாக்கல் செய்ய முடியும் என்கிற சட்ட திருத்தத்தை செய்யும்படி பரிந்துரை செய்துள்ளது.

காதல் திருமணம் புரியக் கூடிய பெண், அதிகாரத்திலோ பொருளாதாரத்தில் தற்சார்பு உடையவராகவோ இருந்தால் பெரும்பாலும் எதிர்ப்புகள் தீவிரமாக இருப்பதில்லை. பல காதல் திருமண விவகாரங்களில் பெண் வீட்டார் அரசியலிலும், பண பலம் கொண்டவராகவும் இருக்கும்போது, சம்மந்தப்பட்ட ஆணைக் கொன்று விடுவதைப் பார்க்கிறோம். இது போன்ற நிகழ்வுகளில், பெண்ணின் உடல் மீதான தங்களது ஆதிக்கத்தை நிலைநிறுத்தவே, இப்படிப்பட்ட வன்முறைகள் நிகழ்கின்றன என்பதை நாம் புரிந்துக் கொள்ள வேண்டும்.

திருமணம் சம்மந்தப்பட்ட உரிமைகள் மதம் சார்ந்ததாகவே இருப்பதற்கும் காரணம் உண்டு. மதங்களும், மத நிறுவனங்களும் பெரும்பாலும் கருத்து ரீதியானவை. மக்கள் தங்கள் வாழ்க்கையை அவை காட்டும் நெறியில் நின்று பின்பற்றுவதிலேயே இவற்றின் இருத்தல் தொடர்கிறது. தொடர்ந்து விஞ்ஞான பூர்வமான கண்டுபிடிப்புகள், முன்னேற்றங்கள், மாற்றங்கள் ஆகியவற்றை சமூகம் பின்பற்றும் போது, அவற்றையும் மீறி மதம் சார்ந்த வியாக்கியானங்களை தொடர வேண்டும் என்றே கருதுகிறது. மதம் என்பது வெறும் கடவுள் நம்பிக்கை மற்றும் புவியின் தோற்றம், இருத்தல் பற்றி மட்டும் அவர்களது கருத்துக்களை பரப்புதல் போதாது. மாறாக, நம்பிக்கைகளை வளர்ப்பதும், கலாச்சாரம், பண்பாடு என்கிற அம்சங்களில் உள்ள கருத்துக்களை மதம் சார்ந்ததாக வைத்துக் கொள்வதும் மதங்களுக்கு அவசியமானது. இம்மதங்கள் ஒவ்வொன்றும் ஏறத்தாழ 5000 அல்லது

2000 வருடங்களுக்கும் மேற்பட்டது என்ற உண்மையை பார்க்கும் போது, அதன் அடிப்படைக் கருத்துக்கள் மதம் தோன்றிய காலத்தின் நிலைமைகளை, பொருளாதாரத்தை, வாழ் நிலைகளை முன்னிறுத்தியே கட்டப்பட்டிருக்கும். பொதுவாக சமூகத்தில், குடும்பங்களில் அடிப்படை நிகழ்வுகளான குழந்தை பிறப்பு, திருமணம், இறப்பு போன்றவை மதம் சார்ந்தாக வைக்கப்பட்டுள்ளன.

சட்டங்கள் கூட திருமணம், அதைச் சார்ந்த உரிமைகளான சேர்ந்து வாழ்தல், பிரிந்து வாழ்தல், மண முறிவு, குழந்தை வளர்ப்பு, சொத்து ஆகியவற்றை மதம் சார்ந்ததாகவே வைத்துள்ளன.

இந்து திருமணச் சட்டம், விவாகரத்துச் சட்டம், இஸ்லாமிய மணமுறிவுச் சட்டம் ஆகிய ஒவ்வொன்றும் திருமணம் செய்த ஆணும், பெண்ணும் குடும்ப வாழ்வில் சேர்ந்து வாழும் உரிமை, பிரிந்து வாழும் உரிமை, விவாகரத்து செய்யும் உரிமைகளைப் பற்றிப் பேசுகின்றன. குறிப்பாக, திருமண வாழ்வில் கணவனோ அல்லது மனைவியோ கொடுமைகள் புரிந்தால், பாதிக்கப்பட்டவர் மணமுறிவு கோரலாம் என்று சட்டம் கூறுகிறது. குறிப்பாக கிறித்தவர்களுக்கும், இஸ்லாமியர்களுக்கும் உரித்தான சட்டங்கள் கணவனுக்கும், மனைவிக்கும் ஒரே விதமான உரிமைகளைத் தருவதில்லை. கிறித்தவர்களின் திருமணங்கள் பற்றிய விவாகரத்துச் சட்டத்தின்படி, ஆண்கள் பெண்கள் மீது விவாகரத்து வழக்கு தொடுக்க வேண்டுமெனில், அவர்களுடைய 'நடத்தைக்கேடு' அல்லது 'திருமணத்திற்கு அப்பாற்பட்ட உறவு' என்ற குற்றசாட்டு போதுமானது. ஆனால் பெண்கள், தங்களுடைய கணவன் மீது விவாகரத்து வழக்கு தொடுக்கும்போது திருமணத்திற்கு அப்பாற்பட்ட உறவு கொண்டுள்ளார் என்பதோடு, வேறு ஒரு காரணமும் அதாவது, தடைசெய்யப்பட்ட உறவு முறைகளுடன் உறவு கொள்ளுதல், கொடுமைப்படுத்துதல் போன்ற இன்னொரு காரணமும் இருந்தால் மட்டுமே விவகாரத்து கோர முடியும் என்று சட்டம் கோருகிறது. ஆனால், தற்போது இது போன்ற பாகுபாடுகள் இல்லையெனினும், ஏற்கனவே இருந்த சட்டம் இவ்வாறு பாகுபாடு கொண்டதாக இருந்தது. இஸ்லாமிய மண முறிவுச் சட்டத்தில் கணவன் கொடுமைப்படுத்தினாலும், பிற மனைவியரைப் போல நடத்தாமல் பாகுபடுத்தினாலும் கூட விவாகரத்து பெறலாம். ஆனால், பெரும்பாலான பெண்களுக்கு கல்வியும், பொருளாதார சுயச்சார்பும் இல்லாததால், இச்சட்டத்தை பயன்படுத்தி, தன் மீது கொடுமைகள் இழைக்கப்படாமல் இருப்பதற்கான வழிதேட வாய்ப்புகள் இல்லாமல் இருக்கிறது. மொத்தத்தில் ஆண்களுக்கும், பெண்களுக்கும் இடையே பாகுபாடுகள் இருப்பதோடல்லாமல் பெண்களுக்கிடையேயான பாகுபாடுகளை சட்டபூர்வமாகவே அங்கீகரிக்கும் நிலையை தான் இத்தனிநபர் சட்டங்கள் செய்கின்றன. சர்வதேச உடன்படிக்கையில் திருமணம் மற்றும் குடும்ப உரிமைகள்

குறித்த பிரிவுக்கு இந்தியா விலக்கு பெற்று தான் இதில் கையெழுத்திட்டிருக்கிறது என்பதும் கவனத்துக்குரியது. எனவே, பெண்களிடையேயான இந்த சமத்துவமற்ற போக்கை சரிசெய்ய அரசு எவ்வித முயற்சியும் எடுக்கவில்லை என்பதே உண்மை.

இந்தியாவைப் பொறுத்தவரை, எல்லா மதத்தினருக்கும் பொது சிவில் சட்டம் ஒன்றை உருவாக்குவது பற்றிய விவாதங்கள் கடந்த இரு பத்தாண்டுகளாக இருப்பினும், அது குறித்த ஒருமித்த கருத்து எதுவும் இல்லை. ஏனெனில் மக்கள் மீதான மதங்களுடைய ஆளுமை குறைந்து விடுமோ என்ற அச்சம் மட பீடங்களுக்கும், வாக்கு வங்கிப் பிரச்சினைக்குள்ளாக நேரிடும் என்ற எண்ணம் அரசியல் கட்சிகளுக்கும் இருக்கும் வரை - மதரீதியான தனிநபர் சட்டங்களில் மாற்றம் எதுவும் ஏற்பட வாய்ப்பில்லை.

பெண்கள் தங்களுடைய இன்னல்கள், பிரச்சினைகளைப் பற்றி சிந்திப்பதற்கும் முடிவுகள் எடுப்பதற்கும் இச் சமூகத்தில் சூழலும் அவர்களுக்கான வெளியும் மிகவும் குறைவாயிருக்கிறது. உதாரணமாக, கணவன் வீட்டில் பிரச்சினை எனில் அப்பெண் தாய் வீட்டிற்கு வர நேரிடுகிறது. அவர்கள் பிரச்சினைகளை அணுகும் முறையானது அப்பெண்ணுக்கு ஏற்புடையதாக இல்லை என்றாலும், அப்பெண் தனக்கு உதவக்கூடிய தாய் வீட்டைச் சார்ந்த தந்தையையோ, சகோதரனையோ, உறவுகளையோ மறுத்துவிட முடிவதில்லை. இங்கும் தனது கருத்தை வலியுறுத்த முற்பட்டால் அந்த வீடும் அவளுக்கானதாக இருப்பதில்லை. எனவே, அவள் கணவனைச் சார்ந்தோ அல்லது தாய் வீட்டைச் சார்ந்தோ மட்டுமே சிந்திக்க வேண்டியவளாக இருக்கிறாள். இரண்டு சிந்தனைக்கும் இடையில் தன்னுடைய எண்ணம் மற்றும் விருப்பம் குறித்து சுயமாக முடிவெடுக்க முடிவதில்லை. ஆனால் சமீபகாலத்தில் நகர்ப்புறங்களில் வேலை செய்யும் பெண்களுக்கான தங்கும் விடுதிகள், குடும்ப வன்முறையிலிருந்து பெண்களைப் பாதுகாக்கும் சட்டத்தின் கீழான பாதுகாப்பு, தேற்றுதலுக்கான வாய்ப்பு (கவுன்சிலிங்), மருத்துவ உதவி ஆகியவை பெண்களுக்கு உரிய தேவையான தீர்வை நோக்கிச் செல்ல உதவும் வாய்ப்புகளாக உள்ளன.

திருமண பந்தத்தில் சிக்கல் ஏற்படும் போது, ஒரு பெண் மணமுறிவுக்குப் போவதற்கு பல காரணங்கள் உள்ளன. சமீப காலங்களில், பெண்கள் குடும்ப நீதி மன்றத்தை நாடுவதும், மணமுறிவு பெறுவதும் அதிகமாகி விட்டதெனவும், அதற்கும் பெண்களே காரணம் எனவும், பெண்கள் பொறுமையற்றுப் போய்விட்டதாகவும், குடும்பங்கள் சீர்கெட்டுப் போய் விட்டதாகவும் ஒரு சாரார் குதிக்கின்றனர்.

அவர்கள் சொல்வது ஒரளவு உண்மையானது தான். தற்போது பெண்கல்வி, பெண்களுக்கான வேலை வாய்ப்பு, வேலை உத்திரவாதம் மற்றும் அரசுப் பணித்துறைகளில் 33% இட ஒதுக்கீடு, உள்ளாட்சி

அதிகாரத்தில் 33% இட ஒதுக்கீடு ஆகியவை அவர்கள் அதிகாரத்தில் பங்கு பெறுவதை ஓரளவு உத்தரவாதப்படுத்துகிறது. தற்போது 50% இடங்கள் உள்ளாட்சி அமைப்புகளில் பெண்களுக்கான இட ஒதுக்கீடு சட்டமாகப் போகிறது. முற்காலங்களில் இருந்ததைப் போன்ற உணவு, உடை, இருப்பிடத்திற்குக் கூட சார்ந்து நிற்க வேண்டிய நிலைமைகள் அவர்களுக்கு இல்லை. மேலும் பெண்ணின் பெற்றோர்களும், தங்களுடைய பெண்ணுக்கு இழைக்கப்படும் வன்முறைகள் மற்றும் உரிமை மீறல்களுக்கு எதிராக துணை நிற்கத் தயாராக உள்ள நிலை பல்வேறு காரணங்களால் உருவாகியுள்ளது. ஜனநாயகமற்ற குடும்பங்கள், சமத்துவமற்ற உறவுகள், வன்முறை நிறைந்த வாழ்க்கை, அதிகாரப் பங்கீடற்ற குடும்பம் ஆகியவை சுயமாக சிந்திக்கும், படித்த, பொருளாதார சுதந்திரமுடைய பெண்களுக்கு ஏற்புடையதாக இல்லை. எனவே, பெண்கள் தங்கள் மீதான வன்முறைகளையும், மனித உரிமை மீறல்களையும் ஏற்றுக் கொண்டு, மௌனமாக தாங்கிக் கொள்ளும் நிகழ்வுகள் குறைந்து வருகின்றன. கடுமையான சூழ்நிலைகளில், பலமுறை சிந்தித்த பின்னர் வேறு வழியில்லை என்று நினைக்கும் பெண்கள் குடும்ப நீதி மன்றங்களை நாடுவது தவிர்க்க முடியாதது.

எல்லா பெண்களும், குடும்பங்களை உடைத்துவிட்டு, புதிய உறவுகளுக்காக மணமுறிவு பெறுவது போன்ற ஒரு குற்றச்சாட்டை பெண்கள் மீது சுமத்துவது சரியானது அல்ல. 120 கோடிப்பேர் வாழும் இந்தியாவில் சுமார் 30 கோடி குடும்பங்கள் இருப்பதாக வைத்துக் கொண்டாலும் சில ஆயிரம் அல்லது சில லட்சம் வழக்குகளே நீதி மன்றத்தில் உள்ளன. எனவே 0.33% சதவீதம் தான் இப்படி வழக்கின் மூலமாக தீர்வு காண வருகின்றனர். சொல்லப் போனால் கோடிக்கணக்கான குடும்பங்களில் பெண் வன்முறைகளை ஏற்றுக் கொள்வதும், அதுவே வாழ்க்கையாகிப் போய் கேள்விகளற்று வாழ்வதுமே உண்மை. எனவே, குடும்பம் என்ற அடிப்படை அலகு மிகவும் ஜனநாயகமற்றதாகவும், பெண் இரண்டாம் பட்சமானவளாகவும், சம உரிமை என்ற பேச்சுக்கே இடமில்லாமாலும் இந்தியக் குடும்பங்கள் உள்ளன. குழந்தைகளைப் பேணுவதும், வயதானவர்களைப் பராமரிப்பதும் எனக் 'கோயில்களாக' திகழுவதாக கூறுவது கூட பெண்களுடைய சமூகப் பாத்திரம் என்பது குறைந்திருப்பதையே வெளிப்படுத்துகிறது. குடும்ப பொறுப்புகள் என்பது பெரும்பாலும் பெண்களின் பொறுப்பு மட்டுமே என்கிற கருத்தும் கண்ணோட்டமும் சமுகத்திலும் பெண்களிடையேயும் வலுவானதாக இருக்கிறது. அத்தகைய குடும்ப பணிகள் மிகவும் அத்தியாவசியமானவை என்பதும், குழந்தைகளுக்கும், வயதானவர்களுக்கும் பாதுகாப்பும், அன்பும், பராமரிப்பும் தேவை என்பதையும் எந்த சமுகமும் மறுக்க முடியாது. ஆனால் அந்தப் பொறுப்பும் சுமைகளும் ஆண்களாலேயும் பகிர்ந்துக்

கொள்ளப்படுவது அவசியம் என்பதை இந்தியக் குடும்பங்கள் உணருவது அத்தியாவசியமானது.

தனது வாழ்நாள் முழுவதும் ஒரு காபி கூட போடத் தெரியாமல், போடாமல் 70-80 ஆண்டுக் காலம் வாழ்ந்து மறைந்த, வாழ்ந்து கொண்டுள்ளவர்களாக சராசரி இந்திய ஆண்கள் இருக்கிறார்கள். இது பெருமையான விஷயமோ அல்லது உயர்வானதோ அல்ல என்பதை உணர வேண்டிய கட்டாயம் வந்துவிட்டது இன்று.

ஒவ்வொரு அரசுப் பணியாளருக்கும் பெண்களாயிருந்தால் மகப்பேறு விடுப்புக்கு, உரிமை உள்ளது என்பது நாம் அறிந்ததே. தற்போது ஆண்களுக்கும் தந்தையர் விடுப்பு (Paternity leave) நடைமுறைக்கு வந்துவிட்டது என்பது, குடும்பங்களில் குழந்தை பிறக்கும் போது இருக்கக்கூடிய பணிகளும், கூடுதல் பொறுப்புக்களும் ஆண்களுக்கும் உள்ளது என்பதையே காட்டுகிறது. எனவே, திருமணங்களில் ஏற்படும் உறவுசிக்கல்கள்-பொருளாதார ரீதியான காரணங்களுக்காகவும், திருமணத்திற்கு அப்பாற்பட்ட உறவுகள் காரணமாகவும் இல்லாமல் இருக்கும்போது பெரும்பாலும் அது ஜனநாயகமற்ற தன்மைகளால் ஏற்படும் உறவுச் சிக்கல்களே என்பதை அறிய வேண்டும்.

இந்தியக் குடும்பங்களில் பெரும்பாலான திருமணங்கள் ஏற்பாடு செய்யப்படும் திருமணங்களே(Arranged Marriages). காதல் திருமணங்கள் ஒப்பிட்டளவில் குறைவானவையே. ஏற்பாட்டுத் திருமணங்களில் சாதி, படிப்பு, பொருளாதார, சமூக அந்தஸ்து, பெண்ணை விட ஆண் உடல் ரீதியாக பெரிய உருவில் இருத்தல், போன்றவை தவிர பல பிற்போக்கான அம்சங்களான நட்சத்திர, ஜாதக பொருத்தங்கள் கூட, மேற்கூறிய முதல் நான்கைந்து அம்சங்களில் பொருத்தம் இருந்தால் மட்டுமே பார்க்கப்படுகிறது. ஆனால் பெண்ணின் மன விருப்பங்கள், இலட்சியங்கள், எப்படிப்பட்ட துணையைத் தேர்வு செய்ய விருப்பம் என்பதை குடும்பங்கள் அறவே பார்க்கத் தவறுகின்றன.

படித்து வேலைக்குப் போய் சம்பாதிக்கும் பெண்களும் ஆண்களும் ஏறக்குறைய 17, 18 வயதுக்கு பிறகு, ஏறக்குறைய பத்தாண்டுகள் வெளி உலகத் தொடர்போடு, பல்வேறு நபர்களுடன் பழகி, தங்களுடைய கண்ணோட்டங்களில் பல விஷயங்கள் குறித்த தங்கள் கருத்தில், தங்கள் விருப்பு வெறுப்புகள் குறித்த தெளிவான கருத்துக் கொண்டவர்களாக இருக்கிறார்கள். இப்படிப்பட்ட ஆண்களும், பெண்களும் தங்களது அன்றாட தேவைக்கான உடைகளைக் கூட தாங்களே தெரிவு செய்கின்றனர். அந்த உடைகளை அவர்கள் ஓரிரண்டு ஆண்டுகள் அல்லது ஐந்தாண்டுகள் பயன்படுத்தக் கூடும். ஆனால் மீதம் உள்ள 40-50 வருட வாழ்க்கையைப் பகிர்ந்துக் கொள்ளும் வாழ்க்கைத் துணையைத் தேர்வு செய்யும் பணியை தனக்கு முன்பின் தெரியாத ஜோசியனோ அல்லது திருமண தரகனோ

செய்வது, பெண்களின் அவல நிலை தெள்ளத்தெளிவாக கூறுவதாக இருக்கிறது.

முற்காலத்தில் தனக்கென்று எந்தக் கருத்தும் இல்லாமல் ஈரக் களிமண்ணைப் போன்று பெண்கள் இருந்தபோது, கணவனின் கருத்துக்கள் தான் தன்னுடைய கருத்து; அவர் விருப்பம் தான் தன் விருப்பம்; அவர் சிந்தனையே தன் செயல்பாடு என்பது போன்ற அடிமை நிலைமையில், இருந்தார்கள். இப்படி யாரோ ஒருவர், முன் பின் தெரியாதவர்கள், பேசிக் கொள்ளாமலும், மன ஒற்றுமைகள் பற்றித் தெரிந்து கொள்ளாமலும் செய்த திருமணங்கள் நிலைத்து நின்றன. காரணம் அதில் நிலவிய அடிமைத்தன்மையே. ஆனால், தற்போது பெண்களும் அவரவர் கருத்துக்கள் என்றும், தங்களுடைய வாழ்க்கை, கல்வி, தொழில் என்றும் பல தனித்தன்மைகள் கொண்ட ஒரு நபர் என்பதை உணரத் துவங்கியப்பின், மேற்கூறிய வகையிலான திருமண இணைப்புகள் முந்திய காலம் போல் வெற்றிகரமானதாக நிலைத்து நிற்கக் கூடியவையாக இருக்கும் என்று சொல்வதற் கில்லை.

திருமணம் என்பது ஒரு ஆணுக்கும் பெண்ணுக்கும் இருக்கும் இயற்கைத் தேவையான பாலியல் தேவையை பூர்த்தி செய்வதற்கான ஏற்பாடாக மட்டும் பார்க்கும் பார்வை சமூக வளர்ச்சிக்கும், சீரிய குடும்ப வாழ்க்கைக்கும் ஏற்புடையதன்று. விலங்குகள் தாமாக இணையைத் தேடிக் கொள்கின்றன. ஆனால் இந்தியாவில் குடும்பங்கள் சாதி, மதம் சார்ந்த சமூகமாக உள்ளதால் திருமணம் என்னும் சந்தையில் திருமண ஏற்பாடு தொழில் செய்பவர்கள் தேவைப்படுகிறார்கள் என்பதைத் தவிர, இந்த ஏற்பாட்டுத் திருமணங்களில் வேறு எதுவும் இல்லை.

இருப்பினும் தற்போது 100க்கு 90% குடும்பங்கள் இப்படியான ஏற்பாட்டுத் திருமணங்கள் மூலமே அமைந்தாலும், அதில் பிரச்சினைகள் பெரும்பாலும் அவர்களுக்குள்ளாகவே சரி செய்யப்பட்டுக் கொள்கிறது. தனித்துவம், தனி ஆற்றல்களும் பெற்ற குழந்தைகள் பெரியவர்களாக வளரும் போது இத்தகைய ஏற்பாட்டு திருமணங்கள் நடைமுறையில் உதவிடாமல் போக வாய்ப்புகள் அதிகமாக உள்ளன.

ஆனால் பெண்களுக்கு தங்கள் வாழ்க்கைத் துணையை தேர்ந்தெடுக்கும் தகுதியில்லாதவர்கள் என்ற குற்றச்சாட்டு பரவலாக முன்வைக்கப்படுகிறது. ஏனெனில் சமூகத்தில், பிற ஆண்களோடு கலந்து பழகி புரிந்துக் கொள்ள வாய்ப்பில்லாத பெண்கள் 'காதல்' என்கிற பெயரில் ஏமாற்றப்படுவார்கள் என்ற அச்சம் மட்டுமே குடும்பங்களுக்கு உள்ளதாக பேசுவார்கள். ஆனால் கூலிவேலை செய்கிற உழைக்கும் வர்க்கம் முதல் கணினித் துறையில் வேலை செய்கிற படித்தவர்கள் வரை அந்தந்த வர்க்கங்களில் கூட திருமணத்

தேர்வை பெண்கள் செய்ய முடியாது என்ற கருத்தை சமூகம் அழுத்தமாக கூறுவதை நாம் கவனிக்க வேண்டும்

இதன் காரணமாகவே, படித்த வர்க்கத்தை சார்ந்த சுயமாக சிந்திக்கக்கூடிய பலபெண்கள் தங்கள் திருமண முறிவை வேண்டி நீதிமன்றங்களுக்கு வருவது தவிர்க்க முடியாதது. பெண்கள் அரசியலிலும், கல்வியிலும், வேலையிலும் தங்களது பங்கை சமூகத்திற்காக ஆற்ற முடியும். அவர்கள் வீட்டில் முடங்கும் அலங்காரப் பதுமைகள் அல்ல என்று கருதினால் திருமணங்களையும், குடும்பங்களையும் ஜனநாயகப்படுத்த வேண்டிய, பெண்களின் பங்கேற்பை உத்தரவாதப்படுத்த வேண்டிய கட்டாயத்தில் நம் சமூகம் இருக்கிறது.

IV. சமத்துவம், சமகூலி, சம வேலைவாய்ப்பு உரிமைகள்

'ஆணும் பெண்ணும் சட்டத்தின் முன் சமம்' என்று நமது அரசியல் சாசனம் பறை சாற்றுகிறது. பெண்களுக்கும் ஓட்டுரிமை உட்பட எல்லா உரிமைகளும் ஒரு இந்தியக் குடிமகள் பிறக்கும் போதே பெற்றவளாகிறாள். அமெரிக்காவில் ஓட்டுரிமை பெறுவதற்கு ஐம்பது ஆண்டுகளுக்கு மேல் போராட வேண்டியிருந்தது. ஐரோப்பிய பெண் தனது ஓட்டுரிமையை அரை நூற்றாண்டுக் காலம் போராடிப் பெற வேண்டியிருந்தது. ஆனால் இந்தியப்பெண் 1947-இல் இந்தியா சுதந்திரம் பெற்று, 1950 இல் ஜனவரி 26-இல் குடியரசு பெற்ற போதிருந்து எல்லா உரிமைகளையும் தன்னகத்தே கொண்டிருக்கிறாள்.

இன்றும் கிராமப் புறங்களில் இப்படி ஒரு சம உரிமைச் சட்டம் இருக்கிறதென்று சொன்னால் வாயில் தங்கள் புடைவையை மூடிக் கொண்டு சிரிக்கத்தான் செய்கிறார்களே தவிர, பெரும்பாலான பெண்கள் இதை உணர்ந்தவர்களாக இல்லை. அரசியல் சாசனம் மூலம் நடைமுறைக்கு வந்துவிட்ட சமத்துவம் என்பது ஏட்டளவிலானது. ஏனெனில் இந்தியாவின் பெரும்பான்மை ஆண்களுக்கும் கூடச் இதைப்பற்றிய பிரக்ஞை இல்லை. இன்னும் சரியாகச் சொன்னால் இதில் உடன்பாடு இல்லை என்று கூட சொல்லலாம். இன்னும் தெளிவாகச் சொல்லப் போனால், இந்தியாவை ஆளுகின்ற பாராளுமன்ற உறுப்பினர்களுக்கே இதில் உடன்பாடு இல்லை என்ற உண்மையை நாம் விலக்கிவிட முடியாது.

சமத்துவம் என்ற சட்டம் இருப்பினும் அதைக் கேட்டுப் பெற வேண்டியவர்களுக்கும், சமத்துவத்தை நடைமுறையில் மறுக்கிறவர்களுக்கும் உள்ள எண்ணம் மாறாதபோது, அச்சட்டத்திற்கு என்ன மதிப்பு இருக்க முடியும் என்பதை யோசிக்க வேண்டும்.

அரசியல் சாசனத்தில் இடம் பிடித்து விட்ட சமத்துவம் என்கிற அடிப்படை உரிமையானது மற்ற எல்லா சட்டங்களிலும், நீக்கமற காணப்படுகிறது. ஆனால், இதற்கான நடைமுறை மட்டும் இல்லாததால் இச் சட்டம் ஏட்டுச் சுரைக்காயாகவே உள்ளது.

இந்திய அரசியல் சாசனம் நடைமுறைக்கு வருவதற்கு முன் பல ஆயிரம் ஆண்டுகள் இந்தியாவை ஆண்ட, இந்து, முஸ்லீம்

மன்னர்கள் யாவரும் சில நெறிகள், சட்டங்கள் விதிகளைக் கொண்டே ஆட்சி செய்தனர். அதில் எந்த வகையிலும் சமத்துவம் பற்றிய பேச்சுக்கே இடமில்லை. அவை, சமத்துவம் சம்மந்தப்பட்ட எந்தக் கருத்தும் அற்ற மதபோதனைகளின் அடிப்படையில் இருந்து வந்தவை தான். எனவே, ஆயிரக்கணக்கான ஆண்டுகளாக இருந்து வந்த நெறிகள் மற்றும் சட்டங்கள் பெண்கள் இரண்டாம் பட்சமானவர்கள் தான் என்றும், அவர்கள் ஆண்களுக்கு சேவகம் செய்ய வேண்டியவர்கள் என்றும் கூறக்கூடிய மனு, வேதங்கள், பைபிள், குரான் போன்ற மத அடிப்படை சாசனங்களிலிருந்தே எடுக்கப்பட்ட கருத்துக்களின் மேல் கட்டப்பட்டவை தான் என்பதை மறுத்து விட முடியாது.

சமத்துவத்தை பேணக்கூடிய அடிப்படை உரிமைகளை அரசியல் சாசனமும் சமக்கூலிச் சட்டம் போன்றவையும் பொருளாதார நிலைகளில் பெண்களுக்கு சம உரிமைகளைக் கொடுத்தாலும் யதார்த்தத்தில் சுதந்திரம் அடைந்து 62 ஆண்டுகளுக்குப் பின்னரும் சமக்கூலியை நடைமுறைப்படுத்த முடியவில்லை. தேசிய ஊரக வேலை உத்திரவாதச் சட்டம், ஏழ்மையான குடும்பங்களுக்கு வருடத்திற்கு அதிகபட்சம் 100 நாட்கள் வேலையை ஒரு குடும்பத்திற்கு தருவதற்கு உத்தரவாதப்படுத்துகிறது. குடும்ப உறுப்பினர்கள் பெண்களாக இருக்கும் போதும், ஆண்களுக்கு இணையான சமக்கூலி தரப்பட வேண்டும் என்ற குறிப்பான சட்டப்பிரிவு இருக்கின்ற போதிலும் இன்றுவரை இந்த சமக்கூலியைப் பெற பெண்களும், ஆங்காங்கே அவர்கள் உரிமைக்காக போராடும் அமைப்புகளும் போராடிக் கொண்டு தான் இருக்கின்றன.

சமத்துவம் என்பது கூலி முதற்கொண்டு, குடும்ப உறவு வரை பல இடங்களிலும் இல்லாததாகவே இருக்கிறது.

சி.பி. முத்தம்மா எதிர் இந்திய அரசு என்னும் வழக்கில், முத்தம்மா என்கிற பெண்மணி முதன்முதலாக இந்திய வெளிநாட்டுப் பணிகள் பிரிவில் உயர்பதவி பெற தெரிவு செய்யப்பட்டார். அவர் வெளிநாட்டில் வெளியுறவு அதிகாரியாகவோ, வேறு முக்கிய பொறுப்புக்கு பணி உயர்வோ செய்யப்பட வேண்டுமெனில் அவர் திருமணம் செய்து கொள்வதற்கு முன் அனுமதி பெற வேண்டும் என்றிருந்த விதியை கேள்விக்குள்ளாக்கினார். இந்திய அரசு, ஒரு பெண் திருமணம் ஆகிவிட்டால் கணவன், குழந்தை என்று குடும்ப பொறுப்பை பார்க்க வேண்டிய கட்டாயம் ஏற்பட்டு, பணியில் கவனம் செலுத்த முடியாது என்றும், அவ்வாறு கவனம் சிதறுகிற பெண்ணால் முக்கிய பொறுப்புக்களை வகிக்க முடியாது என்றும் கூறியது. பெண்ணுரிமை பற்றி விசாலமான பார்வை கொண்ட நீதிபதி. வி.ஆர். கிருஷ்ணய்யரின் முன் இவ்வழக்கு முன்வைக்கப்பட்ட போது, ஒருபெண்ணின் திருமணம்

மற்றும் குழந்தைப்பேறு என்பது இயல்பான நிகழ்வாகும். அதற்காக தகுதியிறக்கம் செய்வதோ, உயர் பதவிக்குத் தடை போடுவதோ, பெண்ணுக்கு உள்ள சமத்துவ உரிமையை கேள்விக்குள்ளாக்குவதாகும் என்று கூறி, அவ்விதி சமத்துவ உரிமைக்கு எதிரானது என்றும் அரசியல் சாசனத்தின் அடிப்படை உரிமையை மறுப்பதும் ஆகும் என்றும் இந்திய அரசின் முரண்பட்ட விதியை நீக்கி வழக்கில், சமத்துவத்தை உறுதிப்படுத்தி தீர்ப்பளித்தார்.

மேலும் 1993 இல் சீடா உடன்படிக்கையில் இந்தியா கையெழுத்திட்ட பிறகு எண்ணற்ற சட்ட முரண்கள் பல மாநிலச் சட்டங்களிலும், மத்திய, மாநில அரசு விதிகளிலும் குடி கொண்டிருப்பதை சமீப காலமாக ஒவ்வொன்றாகக் கண்டறிந்து கேள்விக்குள்ளாக்கப்பட்டு மாற்றம் பெற்று வருகின்றன. பல சந்தர்ப்பங்களில் அத்தகைய விதிமுறைகள் நீக்கப்படுகின்றன.

உதாரணமாக, தமிழக அரசுப் பணியாளர்கள் (ஒழுங்கு முறை மற்றும் மேல் முறையீடு) விதிகளில், ஒரு பெண் அல்லது ஆண் அரசு ஊழியராக பணி நியமனம் பெறும்போது தன்னுடைய தந்தை மற்றும் தாய் ஆகியோரை தன்னுடைய பராமரிப்பில் உள்ளவர் களாகப் பதிவு செய்யலாம். அவ்வாறு பதிவு செய்யப்பட்ட நபர்களுக்கும் அரசுப் பணியாளருக்கும் வருடம் ஒருமுறை விடுப்புடன் கூடிய பயணப்படி போன்றவை வழங்கப்படும். இந்த விதி ஓர் ஆண் அரசுப் பணியாளருக்கு அவர் பணிக்காலம் முழுவதும் செல்லுபடியாகும். ஆனால் அதே விதி அப்பணியாளர் பெண்ணாக இருக்கும் பட்சத்தில் அவருக்கு திருமணமாகும் வரை மட்டுமே செல்லுபடியாகும். அவருக்கு திருமணமானவுடன் அவருடைய பராமரிப்பில் (Dependants) உள்ளவர்கள் பட்டியலில் கணவருடைய தாய், தந்தை ஆகியோரைச் சேர்க்கலாம் என்று விதி மாறுதலடைகிறது.

இந்த விதியில் உள்ள பாலினப் பாகுபாடு உணர்த்தப்பட்டு, தற்போது ஆண் அரசுப் பணியாளருக்கும், பெண் அரசுப் பணியாளருக்கும் ஒரே மாதிரியாக தத்தம் பெற்றோரை தங்கள் பராமரிப்பில் உள்ளவர்களாக பணிக்காலம் முழுவதும் தொடரலாம் என்று விதி திருத்தப்பட்டுள்ளது.

இவ்வாறு சமத்துவம் பற்றிய அடிப்படை உரிமைகள் இருப்பினும், இந்திய சமூக நிலைமைகளில், சட்டங்களிலும் விதிகளிலுமே கூட பல பாகுபாடுகள் காணப்படுகின்றன என்பதை அறிய வேண்டும்.

பெண்களுக்கு போதிய கல்வி மற்றும் தொழில் நுட்ப பயிற்சிகளுக்கான வாய்ப்பு, ஆகியவை கிராமப்புற பள்ளிகளில் மிகவும் குறைவு. உயர்பதவிகளை அடைவதற்கான அடிப்படைக் கற்பித்தலும், திறன் வளர்க்கும் நிறுவனங்களும் கிராம மற்றும்

ஊரகப் பகுதிகளில் மிகவும் குறைவாக இருப்பதால் உடலுழைப்பை சார்ந்த பணிகளில் மட்டுமே பெண்கள் அதிகமாக வாய்ப்பு களைப் பெறுகின்றனர். குறிப்பாக அங்கன்வாடி மையங்களிலும், துப்புரவுப் பணிகளிலும் குழந்தை மையங்களிலும் பெண்கள் அதிகமாக பணியமர்த்தப்படுவதை பார்க்கலாம்.

ஏனெனில் துவக்கப் பள்ளிக் கல்வி பயிலும் மாணவர்களில் ஆண் பெண் விகிதாச்சாரம் தற்போது சம அளவில் இருந்தாலும் உயர்நிலை, மேல்நிலைக் கல்வி நிலையங்களில் படிப்படியாக பெண்கள் விகிதாச்சாரம் குறைந்து கல்லூரிப் படிப்பில் பெண்கள் விகிதம் ஒற்றை இலக்கமாக மாறுகிறது. இது தான் இன்றைய பெண் கல்வியின் நிலை. எனவே சமத்துவ உரிமைகளும் சம வேலை வாய்ப்புகளும் இன்றளவிலும் சாத்தியமற்ற ஒன்றாகவே உள்ளன. ஏனெனில் தகுதிகளையும், திறன்களையும், உயர்கல்வியையும் பெறுவதற்கான சமமான வாய்ப்புகள் அற்ற நிலையில், பணியில் சமத்துவ நிலை என்பதும் சாத்தியமற்றதே. ஆனால், குடும்பங்களில் பெண்கள் பொருளாதார சார்படைவதையும், கல்வி, அரசியல் பங்கேற்பு ஆகியவற்றால் அதிகாரம் பெறுவதையும் உணருகின்ற பெண்கள் தொடர்ந்து தங்கள் நிலையை தக்க வைத்துக் கொள்ளவே முயலுகின்றனர். பெண் சமத்துவ நிலையை நோக்கி செல்வதற்கு சாதகமான வாய்ப்புகளாக இவை உள்ளன.

V. வன்முறையற்ற வாழ்க்கை பெண்ணின் அடிப்படை உரிமை

வரலாற்றில் போர்கள் அல்லது இயற்கையின் சீற்றங்கள் ஆகியவை மனித சமுகத்தின் மீது தனது கொடிய பாதிப்புகளை ஏற்படுத்துவதும், அதனால் பெருமளவில் மக்கள் மடிவதும், இன்னலுக்குள்ளாவதும் எப்போதும் நடந்து வந்துள்ளன. ஆனால் போர்களற்ற, இயற்கையின் சீற்றங்கள் தாக்காமல் இருந்த காலத்திலும் பெண்ணைப் பொறுத்தமட்டில், அவளுடைய வேலைப் பங்கீட்டின் அடிப்படையில் தொடர்ச்சியாக ஆதிக்கம் செலுத்தி தனக்குக் கீழே வைத்திருக்க வேண்டிய நிலையை கைக்கொண்ட ஆண் வர்க்கம், பெண்கள் மீதான பல்வேறு வகையான ஆதிக்க மற்றும் வன்முறைச் செயல்பாடுகளை தொடர்ந்து நடைமுறைப் படுத்தி வந்திருக்கிறது. அந்த வகையில் குடும்பத்திற்குள் நடக்கும் பல்வேறு விதமான வன்முறைகள் அவளை தன்னுடைய இயல்பான வளர்ச்சிப் போக்கில் வளர்த்துக் கொள்ள அனுமதிப்பதில்லை.

பெண் வளர்ந்ததும் அவளுடைய இணைத் தேர்வு அவளால் செய்ய முடியாமல் ஆக்கப்பட்டது. யாரை வேண்டுமானாலும் தேர்வு செய்ய முடியாத கட்டுப்பாடு இன்றைக்கும் இருக்கிறது. தானே தீர்மானிப்பது என்ற முடிவெடுக்கும் சுதந்திரம் தரப்படக்கூடாது என்பதில் சமுகம் தெளிவாக இருந்தது. பல்வேறு உடைமைகளோடு, பெண்ணையும் ஒரு உடைமையாகக் கருதிய கண்ணோட்டம் இன்றும் அகலாமல் உள்ளது.

போர்களிலும், இனக் குழுக்களிடையே ஏற்பட்ட பெரும் சண்டைகளிலும் கூட, ஆண்கள் கொல்லப்பட்டு, பெண்கள் சிறை பிடிக்கப்பட்டு கவர்ந்து செல்லப்பட்டார்கள். பெண்களை பயன் பாட்டுக்குரிய பொருளாக சமுதாயம் பார்த்ததை நாம் மறுக்க முடியாது.

சீடா கமிட்டியின் பொதுத் தீர்மானம் - எண் 19ஐ 1992-ஆம் ஆண்டு பெண்கள் மீதான வன்முறைக்கு எதிரான தீர்மானமாக நிறைவேற்றியது. அத்தீர்மானம் எல்லா நாடுகளும் ஏற்றுக் கொண்ட தீர்மானமாகும். உடல்ரீதியாக, மன ரீதியாக, உளவியல் ரீதியாக தரப்படும் எல்லா விதமான வன்முறைகளையும் சேர்த்தே பெண்கள் மீதான வன்முறை பார்க்கப்படுகிறது. ஒரு பெண் என்பதாலேயே பாதிப்புக்குள்ளாகிற நிலைமை எல்லா சமுகங்கலும் உள்ளது.

எனவே அரசாலோ, நிறுவனங்களாலோ அல்லது தனிநபர்களாலோ செலுத்தப்படும் வன்முறைகளை குறிப்பான சட்டங்கள் இயற்றி எதிர்கொள்ள வேண்டும் என்று இந்த குறிப்பிட்ட தீர்மானம் நிறைவேற்றப்பட்டது. பெண்கள் மீதான வன்முறைகள் எல்லா தளங்களிலும், பல்வேறு வடிவங்களில் நீக்கமற நிகழ்த்தப்படுகின்றன. பெண் கருக் கொலைகள், சிசுக் கொலைகள், பாலியல் ரீதியான வன்முறைகள், குடும்ப வன்முறைகள், தாழ்த்தப்பட்ட - பழங்குடி பெண்களைத் தாக்குகின்ற வன்முறைகள் வாழ்வாதாரங்களை பறிக்கிற வன்முறைகள் சமூகத்தில் ஏற்றுக் கொள்ளப்பட்ட ஒரு நிகழ்வாகி விட்டது.

உதாரணமாக, ஒரு பெண் குழந்தை சடலம் குப்பைத் தொட்டியில் கண்டெடுக்கப்பட்டது என்ற ஒரு செய்தி வழக்கமானதும் தொடர்ந்து நடைபெறுவதும் ஆகும். ஆனால் ஒரு ஆண் குழந்தையின் சடலம் குப்பைத் தொட்டியில் கண்டெடுக்கப்பட்டது எனில் அது பரபரப்புக்கும், அதன் தாயைக் கண்டுபிடிப்பது பற்றியும், அவளின் தவறான உறவு குறித்தும், அந்த தாயைத் தண்டிப்பது குறித்தும் சமூகத்தின் விசாரணைகள் நீளுகின்றன.

அதே போல, ஒரு பெண் எரித்துக் கொல்லப்பட்டாள் என்ற செய்தி மிகவும் சாதாரணமாக, ஓராண்டில் நடைபெறும் 10,000க்கும் மேற்பட்ட பெண்கொலைகளில் ஒன்று என்று எடுத்துக் கொள்ளப்படுகிறது. ஆனால் குடும்பத்திற்குள்ளேயே ஓர் ஆண் எரித்துக் கொல்லப்பட்டான் என்ற செய்தியை நாம் கேட்டதில்லை. சில வகையான வன்முறைகள் பெண்கள் மீது மட்டுமே நிகழ்த்தப்படுகின்றன.

குடும்பத்திற்குள் தந்தை, சகோதரன், கணவன், மாமனார், மற்றும் பிற ஆண் மற்றும் பெண் உறுப்பினர்கள் செய்யும் வன்முறைகளை 'குடும்ப வன்முறை' என்று வரையறுத்து, அதற்கான நிவாரணத்தையும் 2005 ஆம் ஆண்டு இயற்றப்பட்ட குடும்ப வன்முறையிலிருந்து பெண்களைப் பாதுகாக்கும் சட்டம், முதன் முதலாக இந்தியா சுதந்திரம் பெற்று 59 வது ஆண்டில், நடைமுறைக்கு வருகிறது.

இச்சட்டம் நடைமுறைக்கு வருமுன் பல்வேறு விதமான விவாதங்கள் நடந்தன. இரு வேறு நகல்கள் முன் வைக்கப்பட்டன. இதற்கு முன்னர் இருந்த இந்துத்துவா கருத்துக்களை முன் வைத்த கட்சியின் ஆட்சியில் முன் வைக்கப்பட்ட நகலில் ஒரு பெண்ணின் மீது செலுத்தப்படுகிற குறைந்த அளவிலான வன்முறை (Force) என்பது வன்முறை அல்ல என்று கூறப்பட்டிருந்தது. இன்று இருக்கும் 'குடும்ப வன்முறையிலிருந்து பெண்களைப் பாதுகாக்கும் இந்தச் சட்டம், 2005 இன்றைய வடிவில் கொண்டு வருவதற்கு இந்திரா ஜெய்சிங் என்னும் வழக்கறிஞர் தலைமையிலான

'வழக்கறிஞர்கள் குழுமம்' என்கிற மும்பையைச் சேர்ந்த அமைப்பு மிகப் பெரும் பங்காற்றியது.

இச்சட்டம் நடைமுறைக்கு வந்துவிட்டால் ஒரு குடும்பம் கூட சேர்ந்திருக்க முடியாது என்றெல்லாம் கருத்துக் கூறப்பட்டது. அதாவது கணவன் மனைவியைப் பார்த்து "குண்டு பூசணிக்காய்" என்று அழைத்தால் கூட சிறைத் தண்டனை என்றெல்லாம் எதிர்ப்பு தெரிவிக்கப்பட்டது. இச்சட்டத்தை எதிர்த்த ஆண்கள் இணைய வலைதளம் துவங்கி, ஆண்களைப் பாதுகாப்பது குறித்தும், பெண்களுக்கு தரப்படும் சட்டப்பாதுகாப்பு குடும்பங்களை உடைக்கவல்லது எனவும் எதிராக கருத்துச் சேகரித்தார்கள்.

ஆனால் இச்சட்டம் பெருவாரியான ஆண்கள் அஞ்சியது போல, குடும்ப வன்முறை புரியும் ஆண்களைக் கைது செய்யவல்லது அல்ல 2006 அக்டோபர் 26 முதல் நடைமுறைக்கு வந்த பின்பும், இந்த கடந்த 3 ஆண்டுகளில் அப்படியொரு பெரிய மாற்றம் எதுவும் வந்துவிடவில்லை என்ற போதிலும், சட்டப்படி குடும்ப வன்முறையை தடை செய்யப்பட்ட செயலாக்கியது பெண்கள் மீதான வன்முறையை எதிர்கொள்வதில் ஏற்பட்ட மிகப் பெரிய மாற்றம் என்பதை மறுக்கமுடியாது.

உண்மையில் இது ஒரு சிவில் சட்டம்; அதாவது வன்முறையற்ற வாழ்க்கைக்கான உரிமைப் பற்றிய உரிமையியல் சட்டம். இந்தச் சட்டத்தின் உள்ளடக்கம் முழுவதுமே, "குடும்பம் வேண்டும், ஆனால் வன்முறை வாழ்க்கை வேண்டாம்" என்ற உரிமையின் அடிப்படையில் உருவாக்கப்பட்டது. இதை குற்றவியல் சட்டமாகக் கொண்டு வரவில்லை. ஏனெனில் "குற்றம் புரிய வேண்டும்" என்றும் குற்ற செயலுக்கான உள்நோக்கம் இருத்தல் வேண்டும் என்றும் ஒவ்வொரு குற்றத்திலும் அடிப்படைக் கூறாக நிருபிக்கப்பட வேண்டும் என்பது குற்றவியல் சட்டத்தின் தன்மை. ஆனால் பெண் மீது குற்றம் புரியும் நோக்கம் இல்லாத போதும், பெண்ணை வன்முறைக்குள்ளாக்கும் செயல்கள் 'குடும்ப வன்முறை' என்ற வரையறைக்குள் கொண்டு வரப்பட்டுள்ளது.

குடும்ப வன்முறைத் தடைச்சட்டம் தெளிவாக தெரிவிக்கும் செய்தி குடும்ப வன்முறையிலிருந்து பெண்களை பாதுகாக்க வேண்டும் என்பதே. குறைந்தபட்சம் குடும்ப வன்முறைகள் என்னும் 'மறுக்க முடியாத' நிகழ்வுகளிலிருந்து பெண்களைக் காப்பாற்ற வேண்டும். என்பது தான் எனவே, இந்தச் சட்டத்தைப் பொறுத்தமட்டில் குடும்ப வன்முறை புரிந்த நபரைக் கைது செய்து சிறையிலடைப்பது சட்டப்படி சாத்தியமானதல்ல. மாறாக, குடும்ப வன்முறை பெண்கள் மேல் நிகழாமல் இருக்க செய்யவேண்டிய செயல்பாடுகள் குறித்ததே. எனவே, முன்னெப்போதும் போல் இல்லாமல், பாதிக்கப்பட்ட பெண்ணுக்கும், நீதித்துறைக்கும் இடையே பாதுகாப்பு அதிகாரி என்ற

ஒரு பாத்திரம் இச்சட்டத்தின் ஒரு முக்கியமான அம்சமாக இருக்கிறது. பாதிக்கப்பட்ட பெண் சந்திக்க வேண்டிய முதல் நபர் இந்த பாதுகாப்பு அதிகாரி தான். இவர், வன்முறை செலுத்தும குடும்ப உறுப்பினர்களை வரவைத்து மேலும் வன்முறைகள் நிகழாத வண்ணம் அவர்களுடன் பேசி அதற்கான முயற்சிகளை எடுப்பார். குற்றம் சாட்டப்பட்ட குடும்ப உறுப்பினர்கள் தாங்கள் புரிந்த குடும்ப வன்முறை மேலும் நிகழாது என்று தெரிவிக்கும் பட்சத்தில், அதையே எழுத்துப் பூர்வமாகவும் பெற்றுக் கொள்ள அதிகாரம் படைத்தவர்.

பாதிக்கப்பட்ட பெண் வன்முறை நிகழ்த்தப்பட்ட வீட்டிற்கு (தாய் வீடு அல்லது கணவனுடன் சேர்ந்து வாழ்ந்த மண வீடு) செல்ல முடியாத நிலை இருந்தால், அவருக்கான பாதுகாப்பான தங்கும் விடுதியில் தங்கியிருக்க ஏற்பாடு செய்ய வேண்டும். மேலும் பாதிக்கப்பட்ட பெண்ணுக்கு மன தேற்றுதல் மற்றும் மருத்துவ வசதி தேவைப்படும் நிலையில், இவற்றை எவ்வித செலவும் இன்றி அரசால் அங்கீகரிக்கப்பட்ட இடங்களில் ஏற்பாடு செய்து தரும் பொறுப்பு பாதுகாப்பு அதிகாரிக்கு உள்ளது.

பெரும்பாலும் சமூகத்தால் நிகழ்த்தப்படுகிற வன்முறைக்கு எதிராக பாதிக்கப்பட்ட பெண்ணின் பெற்றோரும், உறவினர்களும் நடவடிக்கை எடுக்க முன் வருகிறார்கள். ஆனால் அதே பெண் தன்னுடைய கணவன் அல்லது தந்தை, சகோதரர், மற்றும் பிற குடும்ப உறுப்பினர்களால் வன்முறைக்கு ஆளாக்கப்பட்டால் உதவிக்கு வேறு எவரும் இல்லாத நிலைக்கு தள்ளப்படுகிறாள். இந்தச் சூழலில் பாதுகாப்பு அதிகாரியின் பங்கு இச்சட்டதின் கீழ் மிக முக்கிய பாத்திரம் வகிக்கிறது.

இச்சட்டம் இந்தியாவில் சட்டமாக அமலுக்கு வருவதற்கு ஏறத்தாழ பத்தாண்டுகள் பெருமுயற்சி எடுத்துப் போராட வேண்டியிருந்தது. இது நடைமுறைக்கு வந்துவிட்ட பின், இதை அமலாக்குவதற்கு சம்மந்தப்பட்ட நபர்களான பாதுகாப்பு அதிகாரி, நீதி மன்றங்கள், சேவை அமைப்பினருக்கு இது குறித்த கூர்நோக்கு மற்றும் விழிப்புணர்வை ஏற்படுத்துவது மிகவும் அவசியமானதாக உள்ளது.

உதாரணமாக, பாதிக்கப்பட்ட பெண் தன்னுடைய கணவன் தன்னை மிக அநாகரீகமான வார்த்தைகளால் வசை பாடுகிறான் என்றால் அதெல்லாம் பெரிய விஷயமில்லை. உன்னைக் கொல்லாமல் விட்டதற்கு அவனுக்கும், கடவுளுக்கும் நன்றி சொல் என்று கூறுகிற சேவை அமைப்பினரோ, பாதுகாப்பு அதிகாரியோ இருந்தால், இச்சட்டத்தின் பயன் என்ன? ஒன்றுமே இல்லை வெறும் பூச்சியம் தான்.

அதே போல நீதிமன்றம் சென்று பாதுகாப்பு அதிகாரி மூலமாக மனுதாக்கல் செய்த பின், நீதிபதி குற்றத்தின் தீவிரத் தன்மையை

பொறுத்து எதிர்த் தரப்பில்லாமல் இடைக்கால உத்தரவைத் தருவதோ அல்லது எதிர்தரப்புக்கு அழைப்பாணை கொடுத்த பின்னர் உத்தரவிடுவதோ செய்ய வேண்டும். பாதிக்கப்பட்ட பெண்ணுக்கு தன் கணவர் தரும் தொல்லைகள், வன்முறைகளிலிருந்து காத்துக் கொள்ள "பாதுகாப்பு உத்தரவு" தராமல் பலமாதங்கள்வரை வழக்கை தள்ளிப்போடுவதால் இச்சட்டத்தாலும் நீதிமன்றத்தாலும் அப்பெண்ணுக்கு, எந்தப் பயனும் இல்லை.

எல்லா உயிரினமும் வன்முறையற்ற, அச்சமற்ற ஒரு வாழ்க்கை வாழ உரிமை கொண்டுள்ளது. ஆனால், ஒரு பெண்ணுக்கு வன்முறையற்ற வாழ்க்கை குடும்பத்திலும் வேண்டும் என்பது எவ்வளவு சிரமமானதாக இருக்கிறது என்பதை நம்முடைய சமூக நிலைமைகளிலிருந்து நாம் உணர்ந்து கொள்ள வேண்டும்.

'வன்முறை, என்று பெண்கள் சொல்லும் போது ஒரு ஆண் நான் கத்தியால் குத்தினேனா? அல்லது கொலை செய்து விட்டேனா?" ஒன்றுமே செய்யாமல் வன்முறை என்றால் இவர்களை வெட்டிக் கொல்வதே மேல் என்று கூறினான். 'வன்முறை என்பது வாழ்க்கையின், கலாச்சாரத்தின் ஒரு பகுதியாகவே மாறிவிட்டது என்பதற்கான சிறப்பான உதாரணம்.

இச்சட்டம் வன்முறை என்பதை மிகப் பெரிய வரையறைக்குள் கொண்டு வருவது இச்சட்டத்தை பொறுத்தமட்டில் இன்னுமொரு சிறப்பு. குறிப்பாக ஐந்து வகை வன்முறைகள் இச் சட்டத்தால் எடுத்துக் கூறப்பட்டுள்ளன. குறிப்பான பல வடிவங்களையும் கூறியுள்ளன.

இச்சட்டத்தின் படி, ஒரு பாதிக்கப்பட்ட பெண் பாதுகாப்பு அதிகாரியிடம் சென்று வாய் மொழியாகவோ, எழுத்துப் பூர்வமாகவோ முறையிடும் போது, அப்புகார் குடும்ப நிகழ்வு அறிக்கை என்ற வடிவத்தில் DIR (Domestic Incident Report) டி.ஐ.ஆர் என்று பதிவு செய்யப்படுவது அவசியம். இது குற்ற வழக்குகளில் எப்.ஐ.ஆர் (FIR) பதிவு செய்வதற்கு ஒப்பானது. இந்த DIR இல் பலவிதமான வன்முறைகளும் அதன் பல்வேறு வடிவங்களும் பட்டியல் இடப்பட்டுள்ளது. அப்பட்டியலில் தனக்கு ஏற்பட்ட வன்முறையை குறிப்பிட்டால் போதுமானது. சில நேரங்களில் இந்தப் பட்டியலில் இருப்பதைத் தவிர வேறு சில பிரத்யேகமான வன்முறை நிகழ்த்தப்பட்டால் அது குறித்தும் தனியாக எழுதி DIR படிவத்தில் இணைக்க முடியும். எனவே, வன்முறையற்ற வாழ்க்கைக்கு தேவையான சட்டங்களும் நடைமுறைகளும் இதில் உள்ளன. இதை மக்களிடம் கொண்டு சேர்ப்பதும் மிக அவசியம். இச்சட்டம் குடும்பம் என்ற சமூகத்தின் அடிப்படை இதில் உள்ள பாகுபாடான நிலைமையை சரிசெய்ய மிகப் பெரும் வாய்ப்பாக உள்ளது. பல ஆயிரம் ஆண்டு

காலமாக நிகழ்த்தப்பட்ட பலவிதமான குடும்ப வன்முறைகளை முதன்முறையாக சட்டபூர்வமாக 'தவறு' என இச்சட்டம் கூறுகிறது. இது இந்திய சமூகத்தில் பெண்களுக்கெதிரான வன்முறை பற்றிய பார்வையில் மிகப் பெரும் மாற்றத்தை உண்டு செய்வதற்கான முதல்படி என்று இதனைக் கூறலாம்.

இந்தச் சட்டம், இந்தியாவில் தேவையற்றது என்பது போன்ற கருத்துக்கள் உருவாக்கப்படுகின்றன எல்லா சமூகங்களிலும் பெண்கள் மீதான வன்முறைகளும், குறிப்பாக குடும்பங்களில் வன்முறை இருப்பதையும் மறைத்துவிடப் பார்க்கும் ஒரு அற்ப முயற்சியே அன்றி இது வேறல்ல. எனவே, உலகம் முழுவதும் சீடா உடன்படிக்கையில் கையொப்பமிட்ட 186 நாடுகளும் தத்தமது நாட்டில் பிரத்யேக சட்டங்கள், நடைமுறைகள் வாயிலாக இத்தகைய வன்முறைகளை நீக்குவதற்கான கடமையைக் கொண்டுள்ளன என்பதையும் நாம் உணர வேண்டும்.

VI. பெண்ணின் உடல்மீதான அவளுடைய உரிமைகள்

சர்வதேசப் பிரகடனங்கள் பலவும் தனிநபர்களின் உரிமைகள் பற்றிப் பேசும் போது தன்னுடைய உடல் பற்றிய உரிமையும் அந்தரங்கம் பற்றிய உரிமையும் ஒவ்வொருவருக்கும் உள்ள அடிப்படை உரிமை எனப் பேசுகின்றன. ஆனால் பெண்கள் குறித்த தனிநபர் உரிமைகள் இந்திய சமூகத்தில் பல நேரங்களில் மறுக்கப்பட்டே வந்துள்ளன.

நூறாண்டுகளுக்கு முன்பு சதி என்னும் உடன்கட்டை ஏறும் வழக்கம் இந்தியாவில் இருந்தது. அப்போது ஒரு பெண்ணின் கணவன் இறக்க நேரிட்டால் அப்போது அப்பெண்ணும் தீயில் உயிர் விட வேண்டும் என்ற மோசமான சமூகக் கொடுமை நடைமுறையில் இருந்தது.

சராசரி கணக்கீட்டில் 1970 வரை நீடித்த இந்தக் கொடிய வன்முறையினால் பல பெண்கள் உயிர் நீத்திருப்பர். இந்தியா சுதந்திரம் அடையும் போது 30 கோடி மக்கள் தொகை இருந்தது. அதில் சரிபாதி ஆண்கள் 'சதி' என்னும் வழக்கப்படி மனைவியரை எரிக்கும் வன்முறையில் பல லட்சம் பெண்களேனும் கொல்லப் பட்டிருப்பார்கள். இந்த நடைமுறை எந்த அளவு புழக்கத்தில் இருந்திருக்குமானால் அதாவது சதியைத் தடுக்கும் சட்டம் 1984-இல் இயற்றப்பட வேண்டிய தேவை நேர்ந்திருக்கும் என்பதை யூகித்துக் கொள்ளலாம்.

பெண்களைப் பொறுத்தமட்டில் அரசியல் சாசனத்தின் பிரிவு 21 (அடிப்படை உரிமையான) படி வாழ்வுரிமை கூட இல்லாமல் இருந்தது. இதுக் குறித்த பிரக்ஞையே இல்லாமல் இருந்த இந்திய அரசியல் வாதிகளை அவ்வளவு எளிதாக மறந்து விடவும் முடியாது. பல்ராம் ஜாக்கர் இந்திய பாராளுமன்றத்தில் அவைத்தலைவராக இருந்தார். இவர் 'சதி மாதா' என்ற கோயிலில், உடன்கட்டை ஏறும் வழக்கத்தின் தாய் என்று கருதப்பட்ட பெண் தெய்வக் கோயிலில் வழிபாட்டில் கலந்துக் கொண்டு, அக்கடவுளை வழிபட்டார் என்னும் தகவல் ஊடகங்கள் வாயிலாக மக்களிடம் சென்றபோது, மிகப்பெரிய ஒரு சர்ச்சை கிளம்பியது. காட்டுமிராண்டித் தனமான நடவடிக்கையை ஊக்குவிக்கும் கடவுளை, பெண்கள் எவ்வித உரிமையும் இன்றி, கணவனின் சிதையில் அவனுடைய

அசையும் சொத்துக்களுடன் சேர்த்து பொருட்களோடு பொருளாக எரித்து கொல்லும் வழக்கத்தை புனிதம் என்று கருதும் அக்கடவுளை அவர் வழிபட்டார். பெண்களுக்கெதிரான வன்முறையை உயர்வெனக் கும்பிடும் ஒரு அரசியல்வாதி மக்களிடையே அம்பலப்பட்டு நின்றார்.

ஆனால் பத்தாண்டுகளுக்கு முன், 5000 வீரர்கள் இறந்ததாக கணக்கு கூறப்படும் கார்கில் சண்டை 'போர்' என்று கூறப்பட்டது, உண்மையிலேயே ஒரு நாட்டின் இராணுவ வீரர்கள் 5000 பேர் இறந்து போவது ஒரு போர் நிலைமை தான் என்றே உணருகிறோம். ஆனால் இந்திய சமூகத்தில் ஏறக்குறைய இலட்சக் கணக்கில் பெண்கள் 70 ஆண்டுக் காலத்தில் கொல்லப்பட்டது என்பது பெண்களுக்கு எதிரான அறிவிக்கப்படாத போர் இல்லையா?

இது மட்டுமன்றி, ஒரு பெண் சுமக்கும் கரு ஆணா பெண்ணா எனக் கண்டறிந்து பெண்ணாக இருக்கும் பட்சத்தில் அழித்திட செய்யப்பட்ட கருக் கொலைகள் கடந்த பத்தாண்டுகளில் மட்டும் 10 இலட்சம் கொலைகள் என கருக்கலைப்புகளுக்கு எதிரான பிரச்சார இயக்கம் கருதுகிறது. குறிப்பாக இந்தியாவின் ஒவ்வொரு மாநிலத்திலும் மாவட்ட வாரியாக இருக்கக் கூடிய மருத்துவமனைகள், ஸ்கேன் மையங்கள், கருத்தெரிவு பரிசோதனையில் ஈடுபடும் பெண்களின் புள்ளி விவரங்கள் ஆகியவற்றைப் பார்க்கும் போது கடந்த பத்தாண்டுகளில் நடந்த 10 இலட்சம் கொலைகள் நம்மை, பெரும் அதிர்ச்சிக்குள்ளாக்குகிறது. இந்திய அரசு இது குறித்து எவ்வித புள்ளி விவரங்களையோ அல்லது தீவிரமான முடிவுகளையோ எடுத்து பெண்களுக்கு எதிரான மனித குலத்துக்கு எதிரான பிரச்சினைகளுக்கு தீர்வு காண முன் வரவில்லை. இந்தியாவில் நடைமுறையில் இருந்த தேவதாசி முறை, பொட்டுகட்டும் வழக்கம் பெண்ணில் உடல் அவளுக்கு சொந்தமானதல்ல என்பதையும் அதை நுகரவும், பயன்படுத்தவும் யாருக்கு உரிமையுள்ளது என்பதைக்கூட அச்சமூகத்தின் செல்வாக்கு பெற்ற, சமூகத்தின் கட்டுப்பாட்டை நிர்ணயிக்கிற ஆண் முடிவு செய்ய முடிந்தது. இந்திய சமூகத்தின் குறிப்பான பெண்ணுடல் மீதான உரிமையற்ற நிலையை வெளிச்சமிடுவதாக உள்ளது.

தான் விரும்பாவிட்டாலும்,தேவையில்லை என்று கருதினாலும் பெரும்பாலான பெண்கள் குழந்தை பெறுவது குறித்து தாங்கள் முடிவு செய்ய முடிவதில்லை. குழந்தையைப் பெற்றுக் கொள்வதற்கான தடுப்பு நடவடிக்கைகளை பெண்களைக் காட்டிலும் ஆண்கள் மேற்கொள்வதே எளிமையானது. ஆனால் மிகக் குறைந்த வயதுடைய தாய்மார்களிடமும், பலமுறை கருக்கலைப்புக்கு வரும் தாய்மார்களிடமும் கருத்துக் கேட்கும் போது இப்படிப்பட்ட கருத்தரிப்புகளை அவர்கள் முடிவு செய்யவோ அல்லது அவர்களால்

தடை சொல்லவோ முடியாத நிலைமையில் இருக்கிறார்கள் என்பதே உண்மை. ஏற்கனவே பார்த்தது போல இந்திய குடும்பங்கள் ஜனநாயகப்பூர்வமானவை அல்ல. சீடா சர்வதேச உடன்படிக்கை கூட குறிப்பாக பிரகடனம், குழந்தைகள் பெற்றுக் கொள்வதும் மற்றும் குழந்தைகளுக்கிடையேயான இடைவெளியையும் தீர்மானிக்கும் உரிமை முழுவதும் பெண்களுடையது என்றே கூறுகிறது.

தான் பிறப்பதும், வாழ்வதும், தான் ஒரு குழந்தையைத் தாங்குவதும் என தன் உடல் சம்மந்தப்பட்ட உரிமைகள் யாவும் பெண்களுக்கு மறுக்கப்பட்டே வந்துள்ளன. இந்த உரிமைகூட இல்லாமல் இந்தியப் பெண்கள் என்பது சதவீதம்பேர் வாழ்கிறார்கள் என்பது உண்மை என்பதை மறுக்க முடியாது.

80 சதவிகித பெண்கள் தவிர மீதமுள்ள 20 சதவிகித மேட்டுக்குடி மற்றும் மேல்தட்டுப் பெண்களின் உடல் சார்ந்த உரிமைகள் மிகவும் உயர்வாக இருப்பதாக மேலோட்டமாக தோன்றலாம். உண்மையில் மேல்தட்டு வர்க்கப் பெண்கள் தங்கள் உடலை காட்சிப் பொருளாகவும், சந்தைப்படுத்தவும் தயாராவதன் மூலம் உடல் சந்தைப் பொருளாவதை தவிர்க்க முடியாது என்பதை உணருவதில்லை.

மீண்டும் மீண்டும் பெண் உடல் சந்தைப்படுத்தும் பொருளாக ஆக்கப்படுவதன் மூலம் நுகர்வுக்கானதாக மாறுகிறது. நுகர்வுக்குரியதாக மாறும்போது அது முதலாளிகளுக்கு லாபகரமானதாக இருக்கிறது. நுகர்வுக்குரியதாக கருதும் கலாச்சாரம் பெருகும்போது பெண்கள் உடலை வன்முறைக்குள்ளாக்கும் பாலியல் தொழில் தான் பல வடிவங்களைப் பெறும் என்பது தவிர்க்க முடியாததாகிறது. கடந்த இரு பத்தாண்டுகளில் வளைத்தளம் மூலமாக பாலியல் தொழில் பல்வேறு வடிவங்களைப் பெற்றுவருவதை நாம் பார்க்க முடிகிறது. சமூகத்தில் பெண்கள் மீதான கொடூரமான பாலியல் வன்முறைகள் பெருகி விட்டதை இது காட்டுகிறது.

இந்த வகையான பாலியல் வன்முறையின் நீட்சி, பெண் குழந்தைகளையும் விட்டு வைப்பதில்லை. எல்லைகளற்ற சந்தை என்றும் தாராளமயமாக்கலையும், உலகமயமாதலையும் வரவேற்ற முதலாளித்துவ அரசு இயந்திரமே எல்லை கடந்த பாலியல் சந்தைப் பரவலை கட்டுக்குள் கொண்டுவர முடியவில்லை. வலைதளம் மூலமாக குழந்தைகள், பெண்கள் என ஆட்கடத்தல் சந்தை உலகிலேயே மூன்றாவது பெரிய சர்வதேச தொழிலாக உருவாக்கியுள்ளது என்ற உண்மையை சமூகமும், அரசும் உடனடியாக கவனிக்க வேண்டிய கட்டாயத்தில் இருக்கிறது.

பெண்கள் மீதான வன்முறைகளில் கருத்தெரிவு கருக்கொலைகள் மிகவும் பெருகிவிட்டன. இந்நிலையில் பிறப்புக்கு முன் செய்யப்படும்

சோதனைகள் சட்டம், (கருத்தெரிவு தடை) 1984-இல் இயற்றப்பட்டது. பல்லாயிரகணக்கான பெண் கருக்கள் கொல்லப்பட்ட பின் இந்த சட்டம் ஸ்கேன் மற்றும் வேறு சில சோதனைகளை நெறிப்படுத்தும் விதமாக மருத்துவமனைக்கும், மருத்துவர்களுக்கும் இத்தகைய சோதனைகளை மேற்கொள்ள பல்வேறு கட்டுப்பாடுகளை விதித்தது. இந்தச் சட்டமும் பெயரளவில் தான் இருந்தது. தற்போது, கடந்த சில வருடங்களாக, இச்சட்டத்தின் பிரிவை மருத்துவமனைகளிலும், ஸ்கேன் மையங்களிலும் பார்வையில் படும்படி எழுதியிருப்பதைப் பார்க்க முடிகிறது. இருப்பினும் அரசின் கண்காணிப்பு இப்படிப்பட்ட கருத்தெரிவு, கருக்கொலைகளை தடை செய்வதாக இல்லை. ஆண், பெண் விகிதாச்சாரம் கடந்த 50 ஆண்டுகளில் இந்தியாவில் 1000-க்கு 971-லிருந்து, 927 ஆக குறைந்துள்ளது. இதைவிட பெண்கள் எண்ணிக்கை மிக அதிகமாக குறைந்து இந்தியாவின் பல மாநிலங்களில் 1000-க்கு 850-க்கும் சற்று கூடுதலாகவோ, குறைவாகவோ இருக்கும் நிலையானது. பெண்களின் மீதான பாகுபாடு மிகவும் கடுமையானதாக இருப்பதையே காட்டுகிறது.

எனவே, சதி தடுப்புச் சட்டம் 1987, பெண்களை அநாகரீகமாக சித்திரிக்கும் தடைச் சட்டம் 1986, பிறப்புக்கு முன் செய்யப்படும் சோதனைகள், (கருத்தெரிவு தடைச்) சட்டம் 1994-ஆகியவை பெண்கள் உடல் அவர்கள் உரிமைய உத்தரவாதப்படுத்தும் நோக்கில் இயற்றப்பட்டவை. குறிப்பாக இக்கருத்தெரிவு தடைச்சட்டமானது பெண்கள் மீதான பாகுபாட்டை களைவதற்கான சர்வதேச உடன்படிக்கையில் இந்தியா கையெழுத்திட்ட பிறகு இயற்றப்பட்டது என்பது கவனிக்கத்தக்கதாகும்.

VII. பெண்களின் வாழ்வாதார உரிமைகள்

இந்தியாவில் பெண்களின் வாழ்வாதார உரிமைகள் மற்றும் பிரச்சினைகளை பற்றிப் பேசும் போது தலித் மற்றும் ஆதிவாசிப் பெண்களின் பிரச்சினையை எவ்விதத்திலும் விலக்கிட முடியாது. இன்னும் சொல்லப் போனால் மொத்தப் பெண்களின் எண்ணிக்கையில் 20% க்கும் மேற்பட்ட பெண்கள், சாதிய ஒடுக்குமுறையாலும் பொருளாதாரச் சார்புநிலை மற்றும் பாலின ரீதியான ஒடுக்கு முறைக்கும் உள்ளாகின்றனர் என்னும் உண்மையை பழங்குடி மற்றும் தலித் நலன்களுக்கான பாராளுமன்றக் குழு தனது அறிக்கையில் கூறியுள்ளது. மேலும் தலித் மற்றும் ஆதிவாசிப் பெண்கள் மீதான ஒடுக்குமுறைகள் ஒவ்வொரு ஆண்டும் அதிகரித்தே வந்துள்ளன.

மேல்சாதிகாரர்களின் அறியப்பட்ட ஒரு வன்முறை வடிவம் என்பது, தலித் பெண்களை பாலியல் ரீதியான வன்முறைக்கு உள்ளாக்குவது என்பது. தலித் ஆண்களின் உரிமைப் போராட்டம் அல்லது அதிகார பங்கீட்டுக்கான போராட்டம் என அரசியல் தளங்களில் வரக்கூடிய மோதல்களின் எதிர்வினையாக பல சமயம் தலித் பெண்கள் மீது பாலியல் வன்முறைகள் வெளிப்படுகின்றன.

எனவே, தலித் பெண்களைப் பொருத்தவரை அவர்களுடைய வாழ்வாதாரங்கள் மேன்மேலும் குறுகிப் போகும் நிலையை அடைகிறது. ஆதிவாசிப் பெண்கள் பெரும்பாலும் காடுகளைச் சார்ந்த வாழ்நிலையைக் கொண்டிருக்கிறார்கள். அவர்களுடைய இருப்பிடங்களிலிருந்து வெளியேற்றப்படுவது அவர்கள் மீதான மிகப் பெரிய வன்முறை. அவர்களுடைய நிலம், நீர், குடியிருப்புகள், சூழல் ஆகியவற்றிலிருந்து அந்நியப்படுத்தப்படுவதும் தொடர்ந்து நடைபெற்று வருகிறது. வளர்ச்சித் திட்டங்கள் என்ற பெயரில் பிரம்மாண்ட அணைகள் கட்டுதல், காடுகளை அழித்து விவசாய நிலங்களாக்குதல், பணப்பயிர் தோட்டங்கள் அமைத்தல் போன்றவை ஆதிவாசிப் பெண்களின் மீதான கடுமையான நெருக்கடிகளைத் தருகிறது. இதன் காரணமாக அதிகார பலத்துடன் அவர்கள் பகுதியில் நுழையும் பிற வகுப்பினர், அவர்களுடைய வாழ்வாதார உரிமைகளைப் பறிப்பது பற்றி கிஞ்சிற்றும் கவலை அடையாதவர்களாக இருக்கிறார்கள்.

தீண்டாமைக் கொடுமை அரசியல் சாசனத்தில் தடை செய்யப்பட்ட ஒரு வன்முறை. தீண்டாமை மனிதனின் அடிப்படை உரிமைகளை

குறிப்பாக, சமத்துவம், பாகுபடுத்தாமை மற்றும் கண்ணியத்துடன் வாழும் உரிமைகளைக் கூட மறுப்பதாக உள்ளது. மேலும் இந்து மத சாதிப் படிநிலையானது, மனித குல மாண்பை மறுக்கும் ஒரு இழிவு. ஆனால் அரசியல் சாசனத்தில் தீண்டாமை தடை செய்யப்பட்டிருந்தாலும், இந்தியாவின் பல மாவட்டங்களில் மனிதனின் மலத்தை மனிதனே அள்ளித் தலையில் சுமந்துச் செல்லும் அநாகரீகம் இன்று வரை தொடர்கிறது. தடைசெய்து சட்டம் போடப்பட்ட பின்னரும், தலித் மக்கள் மட்டுமே இன்று வரை இப்பணியை செய்யக் கடமைப்பட்டவர்களாக இருக்கிறார்கள், உள்ளாட்சி அமைப்பின் கழிவறைத் துப்புரவுப் பணியாளர்களாக அவர்களே பணித் தேர்வு செய்யப்படுகின்றனர். எத்தனையோ முறை உச்ச நீதிமன்றம் இதற்கான உத்தரவுகளைப் பிறப்பித்தும், உலர் கழிவறைகளை மூடிவிட வேண்டும் என்றும் அதைப் பயன்படுத்த தடைவிதிக்க வேண்டும் என்று போராடிய பின்னும் இத்தடை நடைமுறைக்கு வரவில்லை. ஆந்திர மாநிலத்தின் கர்னூல் மாவட்டம் நந்தி கொட்கூர் என்ற ஊரில் 2003 வரை ஏறத்தாழ 1000 உலர் கழிவறைகள் ஊராட்சியின் நிரந்தர துப்புரவுப் பணியாளர்கள் மூலம் கைகளால் சுத்தப்படுத்தப்பட்டு வந்தது. பஞ்சாயத்து நிர்வாகம் மூன்று மாதத்திற்கு ஒரு முறை வீட்டின் உரிமையாளர்களிடம் துப்புரவுக்காக ரூ 15 வசூல் செய்தது. மொத்தம் 26 தலித் துப்புரவுப் பணியாளர்கள் பணிக்கமர்த்தப் பட்டிருந்தனர் (12 தலித் பெண்கள் 14 தலித் ஆண்கள்) கைகளால் கழிவறை துப்புரவு செய்யும் பணிக்கு எதிரான அமைப்பு உலர் கழிவறைகளை இடிக்க வேண்டும் என்று கோரிக்கை வைத்தது. இந்தக் கோரிக்கையை ஏற்காமல், அப்பகுதியின் சட்டமன்ற உறுப்பினர் உலர் கழிவறைகளை இடிக்கக்கூடாது என்று கொடுத்த மனுவின் அடிப்படையில் இடிப்பது நிறுத்தப்பட்டது.

அதிகாரத்தில் இருப்பவர்கள், அரசியல் சாசனத்தின் அடிப்படைச் கூறுகளை, தலித் மக்களின் அடிப்படை உரிமைகளை காக்க இதுநாள் வரையில் முன்வரவில்லை என்பது, தாழ்த்தப்பட்ட தலித் மக்களின், குறிப்பாக தலித் பெண்களின் வாழ்நிலைமைகள் எத்தகைய உரிமை மீறல்கள், வன்முறைகளுக்கு ஆளாகி உள்ளது என்பதைக் காட்டுகிறது.

பெண்களின் உணவுக்கும் குடியிருப்புக்குமான உரிமை

சமூகத்தின் ஒதுக்கல் மற்றும் பாகுபாடுகள் பெரும்பாலான நேரங்களில் தலித் மற்றும் பழங்குடி மக்களின் வாழ்வுரிமையை கேள்விக்குள்ளாக்குகிறது. உச்சநீதி மன்றத்தின் முன் வந்த உணவுக்காக உத்திரவாதம் பற்றிய இராஜஸ்தான் மாநில வழக்கு ஒரு உதாரணம் மிகப்பெரிய உண்மையை வெளிச்சமிட்டுக் காட்டுவதாக அமைந்தது. பஞ்சமில்லாத, சாதாரண வருடங்களில் கூட பாதிக்கும்

மேற்பட்ட 3 வயதுக்குட்பட்ட குழந்தைகளும் பாதிக்கும் மேற்பட்ட பெண்களும் வறுமை, பசி, போதிய சத்தின்மை (சத்து பற்றாகுறை) காரணமாக இரத்த சோகையால் பாதிக்கப்பட்டுள்ளனர் என்பதே அந்த விவரம். இது தேசிய குடும்ப நலன் பற்றிய இந்திய அரசின் புள்ளி விவரம் காட்டும் உண்மையாக இருக்கிறது. இந்திய அரசின் கணக்கின் அடிப்படையில் வறுமைக் கோட்டிற்கு கீழ் வரும் 36 கோடி மக்களில் 5 கோடிப் பேர் பட்டினிக் கொடுமைக்கு ஆளாகியுள்ளனர் என்பதே அது. இந்த 36 கோடி பேரிலும் 5 கோடி பேரிலும் 90% பேர் தலித் மற்றும் ஆதிவாசி மக்களே என்பது இம்மக்கள் வாழ்வுரிமை பற்றிய நிலையை தெளிவாக்குகிறது.

இவ்வளவு மோசமான நிலைமையில், இந்தியாவில் செயல்படுத்தப்படும் அதிகபட்ச 100 நாட்கள் வேலை உத்தரவாத சட்டம் இந்நிலைமைகளை சரிப்படுத்த ஓரளவு வாய்ப்பாக அமைகிறது. தவிர, மேலும் இந்தியாவின் 60% காடுகள் இந்தியாவின் 187 பழங்குடியினர் வாழும் மாவட்டங்களில் அமைந்துள்ளன. இது இந்தியாவின் பரப்பளவில் ஏறக்குறைய 33% ஆகும்.

இந்திய அரசியல் சாசனம் இந்தப் பகுதிகளை நிர்வகிக்கும் முறைபற்றி பல பாதுகாப்பு விதிகளை ஏற்படுத்தியிருப்பினும், அவற்றை அரசே பல வகையில் மீறுகின்றது. பழங்குடி மக்களை இடம் பெயரச் செய்து பொருளாதார மண்டலங்கள் அமைக்கப்படுகின்றன. மக்களின் வாழ்வாதாரங்களை பெருமளவில் அவை சிதைப்பதோடு, மாற்று இடங்களையும் புதிய வாழ்வாதாரங்களையும் ஏற்படுத்துவதில்லை. எனவே, பெருமளவில் நகர்புறங்களை நோக்கிச் செல்லுதல் மேலும் பல புதிய சிக்கல்களை சந்திக்க நேருகிறது. உள்நாட்டிலேயே இடம் பெயர்தல் பெண்களுக்கு மேலும் பாதுகாப்பற்ற, வன்முறை நிறைந்த சூழலையே அதிகரிக்கிறது. இடம் பெயர்ந்த தொழிலாளர்களின் பெண் குழந்தைகள் பெருமளவில் பாலியல் வன் புணர்ச்சி மற்றும் இதர வன்முறைச் சீண்டல்களுக்கு ஆளாவதை புள்ளி விவரங்கள் காட்டுகின்றன.

இன்னும் குறிப்பாக, வடகிழக்கு மாநிலங்களில் பழங்குடி பெண்கள் வாழ்நிலை முற்றிலும் வேறுவிதமான சிக்கல்களையும் சந்திக்க வேண்டியுள்ளதாக இருக்கிறது. ஒருபுறம், பழங்குடியினர் மற்றும் மலைவாழ் மக்களின் சமூக பொருளாதார முன்னேற்றங்கள் அந்த நிலைமைகளில் அந்த பகுதியில் வளர்ந்துள்ள விடுதலை இயக்கங்கள் அவற்றின் தீவிர அரசியல், ஆயுதமேந்திய போராட்டங்கள் ஆகியவை ராணுவ மற்றும் துணை ராணுவ பிரிவுகளின் ஆளுகைக்கு கீழ் அவர்களுடைய குடியுருப்பு மற்றும் நிலங்களை கொண்டு வந்து விடுகிறது. எனவே, அந்த பகுதியில் நடைமுறையில் உள்ள ஆயுத பிரிவினரின் சிறப்பு அதிகாரச்சட்டங்கள் இம் மக்களின் அன்றாட வாழ்வு மற்றும் பொருளாதாரத்தை அடியோடு குலைப்பதோடு

அவர்கள் உடல்மீதான சொல்லொண்ணா கொடுமைகளை புரியயவும் வழியேற்படுத்தியுள்ளது. " மனேரா" என்கிற பழங்குடியினப் பெண் ஆயுதமேந்திய இராணுவ படைகள் மூலம் பாலியல் வன் புணர்ச்சி செய்யப்பட்டு கொலை செய்யப்பட்ட போது, அப்பகுதிப் பெண்கள "இந்திய இராணுவமே எங்களை வண்புணர்ச்சி செய்" என்று உடைகளை களைந்து, பதாகை ஏந்தி செய்த போராட்டம் நாடு முழுவதும் அதிர்வலைகளை ஏற்படுத்தியது.

இராணுவத்துக்கும், துணை இராணுவ படைகளுக்கும் இதுபோன்று, சிறப்புச் அதிகாரங்களை வழங்கக் கூடிய எல்லா பகுதிகளிலும் காஷ்மீர் முதல் கொல்லி மலை வரை அதற்கும் கீழே இலங்கையிலும் கூட பெண்கள் சொல்லொண்ணா துயரங்களை சொந்த நாட்டிலேயே அடைவதோடு, இடம் பெயர நேரிடுவதால் தங்கள் வாழ்வாதாரங்களை முற்றிலுமாக இழக்க நேரிடுகிறது என்பதையும் நாம் அறிந்துக் கொள்ள வேண்டும்.

VIII. பணியிடங்களில் பாலியல் வன்முறைகள்

1970-75 வரையிலும் பெண்கள் பணிக்கு போவது சாதாரணமான நிகழ்வாக இருக்கவில்லை. ஏனெனில் சமூக உற்பத்தியில் விவசாய பணிகளில் பெண்களின் பாத்திரம் மிக நீண்ட காலமாக முக்கிய நிலை பெற்றிருந்தது. சொந்த நிலங்களைக் கொண்டிருந்தவர்களிலும், விவசாய கூலிகளாக இருந்தவர்களிலும் பெண்கள் பணி செய்வது இயல்பானதுதான்.

1975-ஆம் ஆண்டுக்கு பின்னால் அரசுத் துறைகளிலும், கல்வித் துறையிலும் மருத்துவமனைகளிலும் பெண்கள் பணி செய்யத் துவங்கினர். அப்போது பாலியல் ரீதியான தொல்லைகள் உடன் பணிபுரியும் ஆசிரியர்கள், தலைமை பொறுப்பில் இருந்தவர்கள் மூலமாகவும் மற்றும் மருத்துவமனைகளில் மருத்துவ தாதியர்களாக பணிபுரிந்த பெண்களுக்கு மருத்துவர்கள், சக ஆண் பணியாளர்கள் மற்றும் நோயாளிகளின் ஆண் உறவினர்கள் மூலமாகவும் இருந்து வந்தன. மேலும் விமானப் பணி பெண்களாக பணி புரிந்தவர்களுக்கும் இதே போன்ற பிரச்சினைகள் தோன்றின. முதன்முதலில் 1980-இல் இது குறித்த பிரச்சினைகளை முன்னெடுத்து மும்பையை சேர்ந்த அடக்குமுறைக்கு எதிரான பெண்கள் இயக்கம் (Forum Againt Oppression of Women (FAOW)) போராட்டத்தில் ஈடுபட்டது.

இப்போராட்டத்தின் விளைவாக, பெண்கள் இயக்கத்திற்கு எதிர்மறையான தாக்குதல்களே ஊடகங்கள் மற்றும் அரசு மூலம் கிடைத்தது. இருப்பினும் இவ்வமைப்பும், பிற அமைப்புகளும் இதுகுறித்த எவ்வித சலனமுமின்றி போராட்டங்களை முன்னெடுத்தன. கோவாவின் முதலமைச்சர் தனக்கு கீழே பணிபுரிந்த பெண் அதிகாரியை பாலியல் ரீதியாக வன்முறை சீண்டல் செய்ததற்காக கோவாவில் மிகப்பெரிய ஆர்ப்பாட்டங்கள் நடைபெற்றன. அந்தப் போராட்டங்கள் அக்குறிப்பிட்ட அமைச்சர் பதவி நீக்கம் பெறும் வரையில் ஓயவில்லை.

இதை தொடர்ந்து வெளிச்சத்திற்கு வந்த சில வழக்குகள், பாலியல் ரீதியான சீண்டல்கள் மற்றும் வன்முறைகள் எல்லா மட்டங்களிலும், குறிப்பாக, உயர் மட்டத்திலும் கூட நடைபெற்றன என்பதை எடுத்துக் கூறின. இன்னும் சொல்லப் போனால், உயர்மட்டத்தில், பதவிகளில்

இருந்த நெஞ்சுரம் வாய்ந்த பெண்கள் மட்டுமே இப்படிப்பட்ட வன்முறைகளை எதிர்த்து சமூகத்தின் பார்வைக்கு கொண்டு வரக்கூடிய சட்டப் பூர்வமான போராட்டங்களை முன்னெடுத்தார்கள்.

1980-களுக்குப் பிறகு பணியிடங்களுக்கும், பொது இடங்களுக்கும் பெண்கள் மிக அதிகமான அளவில் வரத் தொடங்கிய போது, பள்ளிக் கல்லூரி பெண்கள், பணிக்குப் போகும் பெண்கள் ஆகியோருக்கு பொது இடங்களில் கேலி, கிண்டல் செய்தல் என்னும் வன்முறை கடந்த 20 ஆண்டுகளுக்கு முன்னர் எவ்வாறு நீக்கமற இருந்தது என்பதை அறிவோம். ஆனால் பாலியல் வன்முறைகளைப் பொறுத்தமட்டில் இவை பிறர் பார்வையிலிருந்து மறைக்கப்பட்டு நடத்தப்படும் வன்முறைகள் என்பதாலும், பாலியல் ரீதியாக ஏதேனும் தாக்குதலுக்கு ஆளாகும் பெண்களே குற்றச்சாட்டுக்கு உரியவர்கள் என்ற மிகவும் நியாயமற்ற, எதிர்மறைக் கருத்து சமூகத்தில் உள்ளதாலும், பாலியல் வன்புணர்ச்சி போன்ற மிகக் கொடிய வன்முறை நிகழ்வுகளிலும் கூட பாதிக்கப்பட்ட பெண்ணே கூனிக் குறுகி போகக் கூடிய அளவுக்கு சம்மந்தப்பட்ட வன்முறையாளனை விட இப்பெண்ணையே குற்றவாளியாக பார்க்கும் மனநிலை சமூகத்தில் மிகப் பரவலாக இருந்தது. எனவே, பல பாலியல் வன்முறைகள் மௌனத்தின் மூலம் தாங்கிக் கொள்ளப்பட்டன. பல நேரங்களில் தங்களது உயிரையும் மாய்த்துக் கொள்ளும் நிலைக்கு பாதிக்கப்பட்ட பெண்கள் தள்ளப்பட்டார்கள். கோடிக்கணக்கில் சமூகத்திற்கும், பணித் தளங்களுக்கும் வந்துவிட்ட பெண்களுக்கு குறிப்பாக பாலியல் வன்முறைகளிலிருந்து எவ்வித குறிப்பான சட்டப் பாதுகாப்பும் இருக்கவில்லை என்பது வருந்தத்தக்கதாக இருந்தது.

இந்தியா முழுவதும் நிகழ்ந்த பல பாலியல் வன்முறைகளில், இராஜஸ்தான் மாநிலத்தின் கிராமம் ஒன்றில் பன்வாரி தேவி என்னும் பெண் மீது நிகழ்த்தப்பட்ட கொடூரமான பாலியல் வன்முறை, இந்திய நாட்டில் பணி செய்யும் இடங்களில் பாலியல் வன்முறைகளுக்கு எதிரான பெண்களின் உரிமைகள் குறித்த சட்டத்தை உருவாக்க ஒரு காரணியாக அமைந்தது.

பன்வாரி தேவி என்னும் குயவர் குலத்தைச் சேர்ந்த பெண் தனது கிராமத்தில் குழந்தை திருமணத்தை தடுக்கும் பணியில் மாநில அரசின் திட்டம் ஒன்றில் பணியாளராக இருந்தார். அந்தப் பகுதியில் தாக்கூர் குடும்பம் ஒன்றில் ஒரு வயது குழந்தைக்கு நடக்கவிருந்த திருமணம் பற்றி, அரசுக்கு தகவல் அளித்து, சம்மந்தப்பட்ட துறைகள் மூலம் சட்டப்படி தடுப்பு நடவடிக்கைகளை எடுக்க தனக்கு பணிக்கப்பட்ட அப்பணியைச் செய்தார். 'ஒரு சாதாரண தாழ் குலபெண் ஒருத்தி தங்களை எதிர்த்து தங்கள் வீட்டு (ஒரு வயது குழந்தையின்) திருமணத்தை நிறுத்துவதா?' என்று ஆத்திரப்பட்டு, அப்பெண் வேலை செய்துக் கொண்டிருந்த வயலுக்கு 5 பேர்களுடன்

அக்குழந்தையின் தந்தை ராம்கரண் என்பவன் போய் பன்வாரி தேவியை அவள் பணிசெய்த இடத்திலேயே அதே நிலத்தில் அவரோடு பணிபுரிந்துக் கொண்டிருந்த அவளுடைய கணவர் முன்னாலேயே தாக்கி அடித்து இரத்த காயம் ஏற்படுத்தினர்; தடுக்க வந்த கணவனையும் தாக்கி அடித்து காயப்படுத்தி, ஒருவர் பின் ஒருவராக 5 பேரும், பன்வாரி தேவியை பாலியல் வன்புணர்ச்சி செய்தனர். பலத்த காயத்துடன், பெரும் வேதனையுடன் பன்வாரி தேவியும், அவள் கணவரும் காவல் நிலையத்துக்கு போன போது, காவல் நிலையத்தில் முதல் தகவல் அறிக்கை கூட பதிவு செய்ய மறுத்தனர். பின்னர், தகவலறிந்து பிறர் தலையிடத் துவங்கியவுடன், இரவு நேரத்தில் முதல் தகவல் அறிக்கையை பதிவு செய்து, பன்வாரி தேவியையும் அவள் கணவனையும் காவல் நிலையத்திலிருந்து வெளியே போகும்படி விரட்டினர். இரவு நேரமாகி விட்டதாலும், தங்கள் உயிருக்கு பாதுகாப்பு இல்லையென்றும், இரவு மட்டும் காவல் நிலையத்தில் தங்க அனுமதி கோரியதை மறுத்து விரட்டியடித்தனர். பன்வாரிதேவி அணிந்திருந்த பாவாடையை அங்கேயே கொடுத்துவிட்டு போகும்படி பணித்தனர். வேறு மாற்று உடை இல்லாத காரணத்தால் தக்க பரிசோதனைகளுக்கு அனுப்புவதற்கு ஏதுவாக தன் ஆடையை கொடுத்து விட்டு, தன் கணவரின் வேட்டியை அணிந்துக் கொண்டு, கணவன் மனைவி இருவரும் அரைகுறை ஆடையுடன், வன்முறைக் காயங்களை சுமந்து, உயிருக்கும் உத்தரவாதமில்லாமல் இரவு நேரத்தில் வெளியேறினர்.

இதற்கிடையில், புகார் கூறிய பின்னர், மருத்துவமனைக்கு போகும்படி காவல் நிலையத்தில் கூறியதால் அருகிலிருந்து அரசு மருத்துவமனைக்குச் சென்ற போது மருத்துவர்கள் யாரும் இல்லை என்று திருப்பி அனுப்பப்பட்டார்கள். தனியார் மருத்துவமனைகளில் இவர்களுக்கு சிகிச்சை அளிக்க அப்போது யாரும் முன்வரவில்லை. இவ்வளவு கொடுமையான சமூக ஒதுக்கலுக்கு ஆளாகி இது சம்மந்தப்பட்ட வழக்கை நீதிமன்றத்துக்கு கொண்டு வருவதற்குள் எண்ணிலடங்கா மிரட்டல்கள், கொலை மிரட்டல்களையும் சந்திக்க நேர்ந்தது. பின்னர் 5 ஆண்டுகள் வழக்கு நடத்தி முடித்த பின்னர் நீதிமன்றத்தில், இப்படிப்பட்ட சமூக மதிப்பு மிக்கவர்கள் மீது பொய்யான புகார் கூறப்பட்டுள்ளதாக வழக்கிலிருந்து குற்றவாளிகள் விடுதலை செய்யப்பட்டார்கள். வழக்கு நடைபெறும் போதே, அவர்கள் சுதந்திரமாகவும், எவ்வித பிரச்சினையுமின்றி தைரியமாக சுற்றி திரிந்து வந்த நிலையில், வழக்கிலிருந்து விடுதலை பெற்று குற்றவாளிகள் வெளிவந்த போது பன்வாரி தேவியின் வாழ்க்கை மீண்டும் கேள்விக்குரியதாக்கி விட்டது.

உயர்நீதிமன்றத்தில் அரசு தொடுத்த மேல் முறையீட்டில் இராஜஸ்தான் உயர்நீதிமன்றம் இப் பெண்ணின் மீதான

காழ்ப்புணர்ச்சியின் காரணமாக பழிவாங்கும் விதமாகவே இப்படிப்பட்ட பாலியல் வன்முறை இப்பெண்ணின் மீது நிகழ்த்தப்பட்டுள்ளது என்று கூறி, விடுதலையை ரத்து செய்து, குற்றவாளிகளுக்கு 5 ஆண்டுகள் தண்டனை வழங்கியது. இந்த வழக்கு கீழமை நீதிமன்றத்திலும், உயர்நீதிமன்றத்திலும் வழக்கு நடக்கும் காலங்களில் பல பெண்கள் அமைப்புகள் பாதிக்கப்பட்ட பன்வாரி தேவிக்கு உறுதுணையாக இருந்ததால் தான் சாதாரண விவசாயக் கூலி பெண் பன்வாரி தேவியால் இச்சமுகத்தில் வாழவும், போராடவும் முடிந்தது.

இதன்பிறகு, 'சாக்ஷி' என்ற அமைப்பு பணிபுரியும் இடங்களில் பாலியல் வன்முறைகள் குறித்தும் பாலியல் வன்முறைகளை கையாளுவது குறித்த நெறிகள் மற்றும் வழிகாட்டுதல்களை வகுக்க வேண்டும் என்று உச்சநீதிமன்றத்தில் கோரியது. அந்த வழக்கு 1997ஆம் ஆண்டு உச்சநீதிமன்றத்தில் விசாகா எதிர் இராஜஸ்தான் அரசு என்னும் வழக்கில் பாலியல் வன்முறை என்பது பற்றிய வரையறை பற்றியும் பாலியல் வன்முறை ஒரு கடுமையான குற்றம் என்பது குறித்து, பணி விதிகளில் இந்த குற்றம் இணைக்கப்பட்டு திருத்தம் செய்வது குறித்தும், இதற்கான புகார் கமிட்டிகள் 50%க்கும் குறையாமல் பெண்களை கொண்டதாகவும் அக்கமிட்டியின் தலைவராக ஒரு பெண் இருக்க வேண்டும் என்றும், அந்த புகார் கமிட்டியில் அந் நிறுவனத்துக்கு சம்மந்தமில்லாத மூன்றாம் நபர் ஒருவர் அக்கமிட்டியில் கட்டாயமாக இடம்பெற வேண்டும் என்றும் அந்த நபர் சட்டம் தெரிந்த அல்லது பெண்கள் சம்மந்தப்பட்ட விஷயங்களில் அக்கறையுடைய நபர் என்று அறியப்பட்டவராக தரப்பில் இருக்க வேண்டும் என்றும் இன்னும் பல விஷயங்களை தெளிவாக கூறியுள்ளது.

மேலும் சர்வதேச உடன்படிக்கையான சீடா பிரிவுகளின் அடிப்படையிலும், இந்திய அரசியல் சாசனத்தில் கூறப்பட்டுள்ள அடிப்படை உரிமைகளின் அடிப்படையிலும் பணியிடங்களில் பெண்கள் மீதான பாலியல் வன்முறை என்பது அடிப்படை உரிமைகளான சமத்துவ உரிமை, தொழில் செய்யும் உரிமை மற்றும் வாழ்வுரிமை ஆகியவற்றை பாதிப்பதாக உள்ளது என்பதையும் நிறுவி உள்ளது. இது குறித்து பாராளுமன்றம் பிரத்யேக சட்டம் ஒன்றை இயற்றும் வரையிலும், இந்த விசாகா தீர்ப்பு நடைமுறைப்படுத்த வேண்டிய சட்டம் என்றும் கூறப்பட்டுள்ளது.

இதன் காரணமாக, பல்வேறு பெண்கள் இயக்கங்கள் மற்றும் தேசிய, மாநிலப் பெண்கள் ஆணையங்கள் இதுகுறித்த நடைமுறை படுத்தும் பணிகளை தொடர்ந்து செய்து வருகின்றன. இச்சட்டத்தின்படி எல்லா மத்திய மாநில அரசுத் துறைகள், மத்திய பொதுக் கழகங்கள் மற்றும் பல்கலைக் கழகங்கள் ஆகியவற்றிலும் புகார் கமிட்டிகள் அமைக்க வேண்டியது அவசியமானது. தனியார் துறைகளை

கட்டுப்படுத்தக் கூடிய அல்லது இந்த வன்முறைகள் தனியார் துறைகளில் நடைபெறுவதை தடுக்க இன்னும் எவ்வித சட்ட பூர்வமான நடவடிக்கையும் எடுக்கப்படவில்லை என்பதும், பல்வேறு வங்கிகள் மற்றும் பொதுத்துறை சார்ந்த அமைப்புகளிலும் இக் கமிட்டிகள் முறையாக அமைக்கப்பட்டாலும் பாலியல் வன்முறை தொடர்பான விழிப்புணர்வு தரப்படாமல் உள்ளது என்பதையும் நாம் அறிந்துக் கொள்ள வேண்டும்.

தொழிற்சாலைகளைப் பொறுத்தமட்டிலும் கூட இந்தச் சட்டம் நடைமுறையில் உள்ளது. ஆனால் எங்கெல்லாம் பெண்களுக்கு பணிப் பாதுகாப்பும், உரிய தொழிலாளர் அமைப்பும் வலுவாக உள்ளதோ அங்கு தான் இந்தப் பாலியல் வன்முறைகள் குறித்த உறுதியான நடவடிக்கைகள் சாத்தியமாகின்றன.

பணியிடங்களில் பாலியல் வன்முறை என்பது தனிப்பட்ட நபருக்கு எதிரான ஒரு குற்றம் என்ற பார்வை தற்போது பெரும் மாற்றத்திற்கு உள்ளாகியிருக்கிறது. விசாகா தீர்ப்பு, கடந்த பத்தாண்டுகளில் சிற்சில மாற்றங்களை மட்டுமே கொடுத்துள்ளது என்ற போதிலும், இந்தியாவின் சட்டங்கள் இதுவரை அங்கீகரிக்காத இந்த வன்முறை அரசியல் சாசனத்தின் படியே அடிப்படை உரிமை மீறல் என்று கூறும் விசாகா தீர்ப்பு இந்தியாவில் பணிபுரியும் பெண்களின் மீதான பாலியல் வன்முறைக்கு எதிரான அவர்கள் உரிமைகளை பொது வெளிகளில் காப்பாற்றும் முதல் மைல் கல் என்பது மறுக்க முடியாத உண்மை ஆகும்.